ಚಾರುವಸಂತ

ನಾಡೋಜ ಹಂಪನಾ ಅವರ ಕಾವ್ಯಕೃತಿ ಆಧರಿಸಿದ ನಾಟಕ

ಡಾ. ನಾ. ದಾಮೋದರ ಶೆಟ್ಟಿ

ಬಹುರೂಪಿ
ಆರ್ ಪಿ ರಿಜೆನ್ಸಿ, ಎಫ್-1, 2ನೇ ಮಹಡಿ,
50/7, ಪಿ ಅಂಡ್ ಟಿ ಕಾಲೋನಿ, ಆರ್ ಟಿ ನಗರ,
ಬೆಂಗಳೂರು-560 032
ದೂರವಾಣಿ: 70191 82729

CHAARUVASANTA

An Adoptation of **NADOJA HAMPANA**'s
magnum opus poetry 'Charuvasanta'
into Theatre by **DR NA. DAMODARA SHETTY**
shettynada@gmail.com | 94481 91249

Published By **Bahuroopi**
R P Regency, F-1, 2nd Floor, No.50/7, P&T Colony,
R T Nagar, Bangalore - 560 032

editor@bahuroopi.in

Mobile | WhatsApp Bookstore: **70191 82729**

online book store: **bahuroopi.in**

ISBN: 978-81-977367-5-9
First Edition: November 2024
Pages: 104 | Price: 170
Paper Used: 70 GSM N.S.Maplitho

Cover and Inside Design: **Bahuroopi**
Inside Illustrations: **Pa Sa Kumar**
Photo Credit: **Ravi S Kotian/ A D Chengappa/ Thayi Lokesh**

Printed by:
Kamadhenu Print-N-Pack,
Bangalore

ಅರ್ಪಣೆ

ಕಲಾಸಾಧಕರೂ

ಕಲಾಪೋಷಕರೂ ಆಗಿರುವ

ಡಾ. ಎಂ. ಮೋಹನ ಆಳ್ವ

ಅವರಿಗೆ.

ಇದೆಲ್ಲಾ ಕನಸೋ.. ನನಸೋ

ನಾನು ಚಿಕ್ಕಂದಿನಿಂದಲೂ ನಾಟಕಪ್ರಿಯ. ಸಣ್ಣಾಟ, ದೊಡ್ಡಾಟ, ಬಯಲಾಟ, ತೊಗಲು ಗೊಂಬೆಯಾಟ. ಮೂಡಲಪಾಯ, ತೆಂಕುತಿಟ್ಟು-ಬಡಗುತಿಟ್ಟು ಯಕ್ಷಗಾನ ನೋಡಿ ನಲಿದೆ. ಗುಬ್ಬಿ ವೀರಣ್ಣ, ಹಿರಣ್ಣಯ್ಯ ಮೊದಲಾದವರ ಕಂಪೆನಿ ನಾಟಕಗಳೂ ಮನಸಲ್ಲಿದ್ದುವು. ಅನಂತರ ಕೈಲಾಸಂ, ಶ್ರೀರಂಗ ಮುಂತಾದವರ ಹೊಸ ನಾಟಕಗಳು ಖುಷಿ ಕೊಟ್ಟವು. ಇದೇ ಗುಂಗಿನಲ್ಲಿ ಇದ್ದಾಗ ಮೈಸೂರು ಮಹಾರಾಜ ಕಾಲೇಜಿನ ಹಾಸ್ಟೆಲಿನಲಿ 'ಅಳಿಯ ದೇವರು' ನಾಟಕ ನಿರ್ದೇಶಿಸಿ ಅದರಲ್ಲಿ ಜೀವನ್ನಾರಾಯಣ ಪಾತ್ರ ವಹಿಸಿದ್ದೆ. ಮಂಡ್ಯದಲ್ಲಿ ಕಾಲೇಜು ಅಧ್ಯಾಪಕ ಆಗಿದ್ದಾಗ ನಾಟಕ ನಿರ್ದೇಶಿಸಿ ವಿದ್ಯಾರ್ಥಿಗಳಿಂದ ಆಡಿಸಿದ್ದೆ. ಮಾಜಿ ಮುಖ್ಯಮಂತ್ರಿ ಯಡಿಯೂರಪ್ಪ ಆಗ ವಿದ್ಯಾರ್ಥಿಯಾಗಿದ್ದು ನಾನು ನಿರ್ದೇಶಿಸಿದ ನಾಟಕದಲ್ಲಿ ಮುಖ್ಯ ಪಾತ್ರ ವಹಿಸಿದ್ದುಂಟು. ಹೀಗೆ ನಾಟಕದ ಮೋಹ ನನ್ನಲ್ಲಿತ್ತು.

ಅನೇಕ ಪುಸ್ತಕಗಳನ್ನು ಕನ್ನಡ-ಇಂಗ್ಲಿಷಿನಲ್ಲಿ ಬರೆದರೂ ನಾಟಕ ಮತ್ತು ಕಾವ್ಯ ಬರೆದಿರಲಿಲ್ಲ. ಸೇವೆಯಿಂದ ನಿವೃತ್ತಿಹೊಂದಿ ಇಳಿವಯಸ್ಸಿನ ಹೊರಳು ದಾರಿಯಲ್ಲಿ

ಬಂದು ನಿಂತ ದಿನಗಳಲ್ಲಿ ಚಾರುದತ್ತನ ಕತೆ ದುಮುದುಮಿಸತೊಡಗಿತು. ಸಂಸ್ಕೃತ ಕನ್ನಡ ಕಾವ್ಯದಲ್ಲಿ ಅಡಗಿದ್ದ ಚಾರುದತ್ತ ಮತ್ತು ಅವನ ಮಡದಿ, ನಲ್ಲೆ ಪೀಡಿಸತೊಡಗಿದರು. ಕನಸು ಮನಸುಗಳನ್ನೂ ಆವರಿಸಿ ಹೊರಗೆ ಬಿಡುವಂತೆ ಸುಮ್ಮನೆ ಗುಮ್ಮಲಾರಂಭಿಸಿದರು. ಮತ್ತೆ ಆ ಕತೆಯನ್ನು ಮೆಲುಕು ಹಾಕಿದೆ. ಅನುಸಂಧಾನಿಸಿ ಪರಿಭಾವಿಸಿದೆ. ಒತ್ತಡ ತಡೆಯಲಾಗದೆ ಲೇಖನಿ ಹಿಡಿದಿದ್ದೇ ತಡ, ಒಂದೇ ತಿಂಗಳಲ್ಲಿ ಚಾರುವಸಂತ ಕಾವ್ಯ ಮೈ ತಳೆಯಿತು. ರಸಿಕರು ಮೆಚ್ಚಿದರು. ಲೇಖನಗಳನ್ನು ಬರೆದರು. ಕಾವ್ಯದ ಜೈತ್ರಯಾತ್ರೆ ಆರಂಭವಾಯಿತು. ಕನ್ನಡದಿಂದ ಹದಿನೇಳು ಭಾಷೆಗಳಿಗೆ ಇಳಿಯಿತು. ಯಕ್ಷಗಾನದ ಹಿರಿಯ ಸಾಮಗರು ಮತ್ತು ಡಾ. ಎಂ.ಪ್ರಭಾಕರ ಜೋಷಿಯವರು ಸೇರಿ ಧರ್ಮಸ್ಥಳದಲ್ಲಿ ಚಾರುವಸಂತ ಕಾವ್ಯದ ವಸ್ತು ಹಿಡಿದು ಯಕ್ಷಗಾನ ಪ್ರಸಂಗ ನಡೆಸಿಕೊಟ್ಟರು. ಈ ಕಾವ್ಯದ ಕುರಿತು ಬಂದ ಅನೇಕ ಬರಹಗಳನ್ನು ಸಂಕಲಿಸಿ ಡಾ. ಜಿ.ಎನ್. ಉಪಾಧ್ಯ ಅವರು ಪುಸ್ತಕ ಪ್ರಕಟಿಸಿದರು. ಶ್ರೀಮತಿ ರತ್ನರು ಈ ಕಾವ್ಯ ಕುರಿತು ಸಂಶೋಧನೆ ಮಾಡಿ ಮುಂಬಯಿ ವಿಶ್ವವಿದ್ಯಾಲಯದಿಂದ ಎಂ.ಫಿಲ್ ಪದವಿ ಪಡೆದರು.

ಇಷ್ಟಾದರೂ ಈ ಕಾವ್ಯದಲ್ಲಿ ಒದಗಿರುವ ನಾಟಕವನ್ನು ಯಾರೂ ಹಿಡಿಯಲಿಲ್ಲ. ಅದನ್ನು ಮನಗಂಡವರು ಸಾಹಿತಿ ಡಾ. ನಾ.ದಾಮೋದರ ಶೆಟ್ಟಿ (ನಾದಾ) ಮತ್ತು ರಂಗಭೂಮಿಯ ರಾಜ ಜೀವನ್‌ರಾಂ ಸುಳ್ಯರು. ಕಾವ್ಯವನ್ನು ಅದರ ಮೂಲ ಆಶಯ ಕುಂದದಂತೆ ನಾಟಕಕ್ಕೆ ಅಳವಡಿಸಿದ್ದು ಪ್ರೊಫೆಸರ್ ನಾದಾ. ಅದನ್ನು ಸೂಕ್ತ ರೀತಿಯಲ್ಲಿ ಮಾರ್ಪಡಿಸಿಕೊಂಡು ತಮ್ಮ ಬಹುಕಾಲದ ಅನುಭವವನ್ನು, ದೈವದತ್ತ ಪ್ರತಿಭೆಯನ್ನು ಧಾರೆಯೆರೆದು ತಮ್ಮ ಹೆಸರನ್ನು ಅನ್ವರ್ಥವಾಗಿಸಿಕೊಂಡಿರುವ ಜೀವನ್‌ರಾಂ ಸುಳ್ಯರು. 'ಹಂಪನಾ–ನಾದಾ–ಸುಳ್ಯ' ಈ ಮೂವರ ಪ್ರಯತ್ನ ಸಾರ್ಥಕವಾಗಲು ಆಶ್ರಯವಿತ್ತು ಪೊರೆದವರು ಕರ್ನಾಟಕ ಕಣ್ಮಣಿ, ಸಾಂಸ್ಕೃತಿಕ ನಾಯಕ ಡಾ. ಎಂ. ಮೋಹನ ಆಳ್ವ ಅವರು. ಮೂಡಬಿದಿರೆಯ ಈ ಮಾಣಿಕ್ಯ ಚಾರುವಸಂತ ನಾಟಕಕ್ಕೆ ಚಾಲನೆ ಕೊಟ್ಟ ನಂತರ ಮೈಸೂರು, ಬೆಂಗಳೂರು,

ಗೌರಿಬಿದನೂರು, ತುಮಕೂರು, ಚಿತ್ರದುರ್ಗ, ದಾವಣಗೆರೆ, ಧಾರವಾಡ ಮುಂತಾದ ನಗರಗಳಲ್ಲಿ ಯಶಸ್ವಿಯಾಗಿ ಪ್ರದರ್ಶನಗೊಂಡು ಜನಮನವನ್ನು ಗೆದ್ದು ಪ್ರಶಂಸೆಯ ಹೂಮಳೆಯಲ್ಲಿ ಮೀಯುತ್ತಿದೆ. ಇದರ ಇನ್ನೂ ನೂರಾರು ಪ್ರದರ್ಶನಗಳಿಗೆ ಡಾ. ಮೋಹನ ಆಳ್ವಾ ಹಸಿರು ನಿಶಾನೆ ಬೀಸಿದ್ದಾರೆ.

ಎಂಬತ್ತೆಂಟು ವರ್ಷದ ಮುಪ್ಪಿನಲ್ಲಿ ಜೀವನದ ಸಂಧ್ಯಾರಾಗ ಗುನುಗುತ್ತಿರುವಾಗ ನಾನು ಕಾವ್ಯ ಬರೆದುದು, ಅದಕ್ಕೆ ಹಿರಿಯ ಕಲಾವಿದ ಪ.ಸ.ಕುಮಾರ್ ಅವರ ಮುದ್ದಾದ ಚಿತ್ರಗಳಿಂದ ಚೆಲುವು ಇಮ್ಮಡಿಸಿದುದು ಕಾವ್ಯ ಹದಿನೇಳು ಭಾಷೆಗಳಿಗೆ ಅನುವಾದಗೊಂಡುದು ನಾಟಕಕ್ಕೆ ಹೊರಳಿ ಸಹಸ್ರಾರು ಪ್ರೇಕ್ಷಕರನ್ನು ತಣಿಸಿದ್ದು, ನನ್ನ ಕುಟುಂಬದ ಹಿತೈಷಿ, 'ಬಹುರೂಪಿ'ಯ ಜಿ.ಎನ್. ಮೋಹನ್ ಈ ಸಿಂಹಾವಲೋಕನ ಪುಸ್ತಕವನ್ನು ಅಂದಚಂದದ ಎರಕ ಹಾಕಿ ಸೊಗಸಾಗಿ ಪ್ರಕಟಿಸಿದ್ದು– ಈ ಎಲ್ಲಾ ಬೆಳವಣಿಗೆಗಳನ್ನು ನೆನೆದು ಆನಂದ ತುಂದಿಲನಾಗಿದ್ದೇನೆ.

ಇದೆಲ್ಲಾ ಕನಸೋ ನನಸೋ ಎಂದು ಬೆರಗಾಗಿದ್ದೇನೆ. ಒಬ್ಬ ಬರಹಗಾರನಿಗೆ ಇದಕ್ಕಿಂತ ಇನ್ನೇನು ಸಿರಿಸಂಪದ ಬೇಕು!

ಇನ್ನು ಉಪಕಾರ ಸ್ಮರಣೆ:

ಯಾರ ನೆನೆಯಲಿ ಯಾರ ಮರೆಯಲಿ
ಬಸಿಯುತಿವೆ ಸವಿಸವಿಯ ಒಸಗೆಗಳು.
ತೀರಿಸಲು ಆಗದ ಏಸೋ ಲೇಸುಗಳು
ವಿನಯದಲಿ ನೆನೆವ ಮನ ಕಿರಿದಲ್ಲ
ಅಪ್ರತಿಭ ಪ್ರತಿಭೆಗಳ
ಅಚ್ಛೋದ ಮನಸುಗಳ
ಮುಪ್ಪಿಗೆ ಸುಧೆ ಸುರಿದು
ಕಸುವಿತ್ತ ಉಪಕಾರಿಗಳ
ನೆನೆವ ಗಳಿಗೆ ಅಮೃತಗಳಿಗೆ.

–ಡಾ. ಹಂಪ ನಾಗರಾಜಯ್ಯ

ನಾನು ಪರಮತೃಪ್ತನು...

ದಶಮಾನದ ಹಿಂದೆ ದೇಸೀ ಮಹಾಕಾವ್ಯ ಚಾರುವಸಂತವನ್ನು ಕನ್ನಡದ ಖ್ಯಾತ ಸಂಶೋಧಕ, ಸಾಹಿತಿ ಹಂಪ ನಾಗರಾಜಯ್ಯನವರು ಭುವಿಗಿಳಿಸಿದಾಗ 'ಇಂಥ ಕಾವ್ಯಗಳನ್ನೆಲ್ಲ ಓದುವ ಕ್ಷಮತೆ ಈಗಿಲ್ಲವಯ್ಯ' ಎಂದುಕೊಳ್ಳುತ್ತಾ ಕೆಲವು ಪುಟಗಳನ್ನಷ್ಟೆ ಓದಿ ಕಪಾಟಿನಲ್ಲಿ ಜೋಡಿಸಿಟ್ಟಿದ್ದೆ. ಅದು ಮತ್ತೊಮ್ಮೆ ಹೊರಬಂದುದು 'ಚಾರುವಸಂತ ಹದಿನೇಳು ಭಾಷೆಗಳಿಗೆ ಅನು ವಾದಗೊಂಡಿದೆ-ಗೊಳ್ಳುತ್ತಲಿದೆ'- ಎಂಬ ಸುದ್ದಿ ಕೇಳಿದಾಗಲಷ್ಟೇ ಅಲ್ಲ; ಹಂಪನಾ ಅವರು ದೂರವಾಣಿಸಿ, 'ಇದಕ್ಕೊಂದು ರಂಗರೂಪ ಕೊಡಪ್ಪಾ. ನಿನ್ನಿಂದ ಅದು ಸಾಧ್ಯ. ಮುಂದೆ ಅದರ ರಂಗಪ್ರಯೋಗವನ್ನು ಯಾರಿಂದಲಾದರೂ ಮಾಡಿಸೋಣ' ಎಂದಾಗಲೂ ಅಲ್ಲ; ನೋಡಪ್ಪಾ ನಾದಾ, ನನಗೋ ಎಂಬತ್ತೈದು (ಮೂರು ವರ್ಷಗಳ ಹಿಂದಿನ ಮಾತು). ಜೀವಿತಾವಧಿಯಲ್ಲಿ ಇದರ ರಂಗರೂಪವನ್ನೊಮ್ಮೆ ವೇದಿಕೆಯಲ್ಲಿ ಕಾಣಬೇಕೆಂಬುದು ನನ್ನಾಸೆ. ಈಡೇರಿಸಿಕೊಡುವ ತಾಕತ್ತು ನಿನ್ನಲ್ಲಿದೆ' ಎಂದಾಗಲೆ.

ಹಂಪನಾ ಅವರು ನನ್ನಲ್ಲಿಟ್ಟ ನಂಬಿಕೆಯನ್ನು-ಅಧೈರ್ಯ ಬಾಧಿಸಿದರೂ- ಹುಸಿಗೊಳಿಸಲಾಗಲಿಲ್ಲ. ಚಾರುವಸಂತವನ್ನು ಅನಿವಾರ್ಯವಾಗಿ ಮತ್ತೊಮ್ಮೆ

ಕೈಗೆತ್ತಿಕೊಂಡೆ. ಓದಿದೆ, ಓದಿದೆ. ಅರಿವಾಯಿತು; ಬರಿದೇ ಇದು ಹದಿನೇಳು ಭಾಷೆಗಳಿಗೆ ಅನುವಾದಗೊಂಡುದಲ್ಲ ಎಂಬುದು. ಒಂದೊಂದು ಕಾಂಡದಲ್ಲೂ ಒಂದೊಂದು ನಾಟಕವಾಗುವಷ್ಟು ವಿಷಯಗಳಿದ್ದುವು. ಎಲ್ಲಿ ಯಾವುದನ್ನು ಮುರಿಯಲಿ, ಮುರಿದು ಹೇಗೆ ಕಟ್ಟಲಿ? ನಾ ಮುರಿದ ಭಾಗವನ್ನೇ ಗಮನಿಸಿ ಹಂಪನಾ ಅವರು 'ಏನಪ್ಪಾ ನಾನಿಷ್ಟು ಪ್ರೀತಿಯಿಂದ ಕಟ್ಟಿದ ಭಾಗಗಳನ್ನೇ ನೀನು ತಿಂದು ಮುಕ್ಕಿದೆಯಲ್ಲ; ಹೀಗೆ ಮಾಡಿದರೆ ನಾಗರಹಾವು ಕೇರೆ ಹಾವಾಗದೆ?' –ಎಂದುಬಿಟ್ಟರೆ? ಎಂಬ ಭಯ ನನ್ನನ್ನು ಕಾಡತೊಡಗಿತು. (ಅವರೆಂದೂ ಹಾಗನ್ನಲಿಲ್ಲ. ರಂಗಕ್ಕೆ ಅಳವಡಿಸಿದಷ್ಟನ್ನು ಅಪ್ಪಡಿ ಸ್ವೀಕರಿಸಿದರು!).

ಮುನ್ನೂರ ನಲುವತ್ತ ನಾಲ್ಕು ಪುಟಗಳ ಬೃಹತ್ ಕಾವ್ಯವದು, ಚಾರುವಸಂತ. ಮಹಾಕಾವ್ಯದ ಲಕ್ಷಣಗಳೆಲ್ಲವೂ ಓತಪ್ರೋತಗೊಂಡಿವೆ. ಕ್ರಿಸ್ತಪೂರ್ವದ ವಸಂತಸೇನೆ–ಚಾರುದತ್ತರು ಆಧುನಿಕ ಪರಿವೇಷಗಳೊಂದಿಗೆ, ಜಾತಿ ಮತಗಳ ಸಾಮರಸ್ಯದೊಂದಿಗೆ, ಪ್ರಣಯದ ಪರಾಕಾಷ್ಠೆಯೊಂದಿಗೆ ಇಳಿದು ಬಂದಿದ್ದಾರೆ. ಚಾರುದತ್ತನ ತಂದೆ ಭಾನುದತ್ತ, ತಾಯಿ ದೇವಿಲೆ, ಮಾವ ಸಿದ್ಧಾರ್ಥ, ಸೋದರ ಮಾವ ರುದ್ರದತ್ತ, ನಿಜದ ಪತ್ನಿ ಮಿತ್ರಾವತಿ–ಇವಿಷ್ಟು ವೈಶ್ಯಕುಲದ ಪಾತ್ರಗಳಾದರೆ, ವೇಶ್ಯೆ ಅನಾಮಿಕೆ, ಆಕೆಯ ಮಗಳು ವಸಂತತಿಲಕೆ, ತುಂಡರಸರು, ಋಷಿಗಳು, ಖೇಚರರು, ಗೆಳೆಯರು ಮೊದಲಾದ ಎಷ್ಟೊಂದು ಪಾತ್ರಗಳು! ಪ್ರತಿ ಪಾತ್ರಕ್ಕೂ ಮತ್ತೊಂದು ಪಾತ್ರ ಸುತ್ತಿಕೊಂಡಿದೆ. ವರ್ಣನೆಯ ಭಾಗಗಳನ್ನೆಲ್ಲ ಬದಿಗಿಟ್ಟು ಕ್ರಿಯಾತ್ಮಕ ಅಂಶಗಳನ್ನಷ್ಟೇ ಉಳಿಸಿಕೊಂಡು ನಾಟಕ ರಚಿಸಬಹುದೆ? ಎಂದುಕೊಂಡರೆ ಪ್ರತಿಯೊಂದು ವರ್ಣನೆಯೂ ಹಿಂದಿಲ್ಲ; ಮುಂದಿಲ್ಲ ಎಂಬಷ್ಟು ಅನನ್ಯವಾಗಿದೆ. ಕಥಾವಸ್ತುವನ್ನಷ್ಟೇ ಉಳಿಸಿಕೊಂಡು ಮಿಕ್ಕಂತೆ ಸ್ವತಂತ್ರ ರಚನೆಯಾಗಿಸಿದರೆ ಹೇಗೆ? ಎಂದುಕೊಂಡರೆ ಹಂಪನಾ ಅವರು ಬಳಸಿದ ಅದ್ಭುತ ತಿರುಳ್ಗನ್ನಡವನ್ನು ಹಿಂದೆಸರಿಸಿ ನಾಟಕ ರಚಿಸಿದರೆ ಅದಕ್ಕೆ ಕಾವ್ಯಾತ್ಮಕತೆಯ ಪೊರುಳುಂಟೆ?

ಹಂಪನಾ ಅವರು ಬಳಸಿದ ಕಾವ್ಯಭಾಷೆಗೆ ಲೋಪವಾಗದೊಲು, ಕಥಾವಸ್ತುವಿಗೆ ಚ್ಯುತಿ ಬಾರದವೊಲು, ಕಾವ್ಯದ 'ದೀರ್ಘ' ವರ್ಣನೆಗಳನ್ನು ಹ್ರಸ್ವಗೊಳಿಸುತ್ತ, ಅದಾಗಲೇ ದೃಶ್ಯಕಟ್ಟುವ ಕ್ರಿಯೆಯಲ್ಲಿ ಪರಿಣತರೆಂದು ಖ್ಯಾತಿವೆತ್ತ ಜೀವನರಾಮ್ ಸುಳ್ಯ ಅವರ ಮನದ ಕಾಣ್ಕೆಯನ್ನು ನಾನೂ ಸಾಧ್ಯವಾದಷ್ಟು ಅಂತರ್ಚಕ್ಷುವಿನಿಂದ ನೋಡಿಕಂಡು, ಅವರಿಗಲ್ಲದೆ ಇನ್ನೊಬ್ಬ ನಿರ್ದೇಶಕರಿಗೆ ಮಹಾಕಾವ್ಯದ ಅಂತಃಸತ್ವವನ್ನು 'ಕೈಸೆರೆ ಹಿಡಿದು, ಬಿಡುಗಡೆಗೊಳಿಸುವ' ಕಸುವು ಸುಲಭ ಸಾಧ್ಯವಾದದ್ದಲ್ಲ ಎಂಬುದನ್ನೂ ಮನಗಂಡು–ದೃಶ್ಯ ಕಟ್ಟ ತೊಡಗಿದೆ. ವೇದಿಕೆಯಲ್ಲಿ ಹೀಗೆ ಕಾಣಿಸಬಹುದೆಂದು ಮನದಲ್ಲಿ ಮಂಡಿಗೆ ಮೆದ್ದದ್ದು ನಾನಾಗಿದ್ದರೆ ಅದನ್ನು ನಿಜದ ನೆಲೆಯಲ್ಲಿ ಮೆಲ್ಲಿಸಿದ್ದು ನಿರ್ದೇಶಕ ಜೀವನ್‌ರಾಂ ಸುಳ್ಯರೆ!

ಮೂಡಬಿದಿರೆಯ ಆಳ್ವಾಸ್ ಶಿಕ್ಷಣ ಪ್ರತಿಷ್ಠಾನದ ಸ್ಥಾಪಕರೂ ನಾಡಿನ ಪ್ರಮುಖ ಸಾಂಸ್ಕೃತಿಕ ಚಿಂತಕರೂ ಆದ ಡಾಕ್ಟರ್ ಮೋಹನ್ ಆಳ್ವರನ್ನು ಹಂಪನಾ ಅವರು ಭೇಟಿ ಮಾಡಿ ತಮ್ಮ ಮನದಿಂಗಿತವನ್ನು ವ್ಯಕ್ತಪಡಿಸಿದರು. ಆ ದಿನವೇ ಸುದಿನವಾಗಿ ನಾಟಕ ರಂಗವೇರುವ ಮುನ್ಸೂಚನೆ ಸಿಕ್ಕಿತು. ಜೀವನ್‌ರಾಂ ಕಾರ್ಯಪ್ರವೃತ್ತರಾದರು. ಆಳ್ವಾಸ್ ರಂಗ ಅಧ್ಯಯನ ಕೇಂದ್ರದ ವಿದ್ಯಾರ್ಥಿಗಳಷ್ಟೇ ಇದ್ದರೆ ಸಾಲದೆಂದು ಮುಖ್ಯ ಪಾತ್ರಗಳಿಗೆ ಪರಿಣತ ಕಲಾವಿದರನ್ನು ಆಯ್ದುಕೊಂಡರು. ಒಂದು ತಿಂಗಳ ಕಾಲ ಕಲಾವಿದರು ಕೇಂದ್ರದಲ್ಲೇ ಠಿಕಾಣಿ ಹೂಡಿದರು. ತಾನು ಕುಣಿದು ತೋರಿಸಿ ಕಲಾವಿದರನ್ನು ಕುಣಿಸುವ ತಮ್ಮ ನಿರ್ದೇಶನ ಶೈಲಿಯ ತಂತ್ರಗಾರಿಕೆ ನಿಮಿತ್ತವಾಗಿ ಮೊಣಕಾಲಿನ ನೋವನ್ನು ಆವಾಹಿಸಿಕೊಂಡ ಜೀವನ್‌ರಾಂ ಕೊನೆವರೆಗೂ ಅದನ್ನು ಉಳಿಸಿಕೊಂಡೇ ನಾಟಕ ನಿರ್ದೇಶಿಸಿದರು.

ಹಂಪನಾ ಅವರು ಚಾರುವಸಂತವನ್ನು ಕಟ್ಟುವಾಗ ಗುಣಾಢ್ಯ, ಜಿನಸೇನಾಚಾರ್ಯ, ಆದಿಗುಣವರ್ಮ, ಕರ್ಣಪಾರ್ಯ, ಬಂಧುವರ್ಮ, ನಾಗರಾಜ, ಮಹಾಬಲ, ಸಾಳ್ವ, ಮಂಗರಸ ಮೊದಲಾದ ಕವಿಗಳು ಅವರ ಕಣ್ಣಮುಂದೆ ಹಾದುಹೋಗಿದ್ದಾರೆ. ಆದರೂ ಹಂಪನಾ ಅವರ ಕಾಣ್ಕೆ ಅದೆಲ್ಲದರೊಂದಿಗೆ ಆಧುನಿಕ ಕಾಲದ ಸಂವೇದನೆಗಳ ಮೊತ್ತವೂ ಆಗಿ ಮೂರ್ತಿವಡೆದಿತ್ತು ಎಂಬುದು ಮುಖ್ಯ.

ಹಂಪನಾ ಅವರು ಎಲ್ಲೆಲ್ಲಿ ಘಟನೆಗಳನ್ನು ಕಟ್ಟಿ ಕೊಡುತ್ತಾರೋ ಅಲ್ಲಿ ನಾಟಕಕಾರನಿಗೆ ಆಹಾರವೊದಗುತ್ತದೆ. ಭಾನುದತ್ತ- ದೇವಿಲೆಯರ ನಗರ ಸಂಚಾರ, ಮಲಹೊರುವ ಪದ್ಧತಿಯ ದೃಶ್ಯ, ಚಾರಣ ಋಷಿಗಳ ಆಶ್ರಮ, ಚಾರುದತ್ತನ ಜನನ ಸಂಭ್ರಮ, ಚಾರುದತ್ತ ತನ್ನ ಸಹಚರರ ಮನಃಪರಿವರ್ತನೆ ಮಾಡುವ ಸಂದರ್ಭ, ಖೇಚರನ ನರಕ ದರ್ಶನ ಹಾಗೂ ವಿಮೋಚನೆ, ಚಾರುದತ್ತ-ಮಿತ್ರಾವತಿ ವಿವಾಹ, ಚಾರುದತ್ತನ ಸಾಂಸಾರಿಕ ವಿರಕ್ತಿ, ರುದ್ರದತ್ತನ ಕುಟಿಲನೀತಿ, ವೇಶ್ಯಾಗೃಹ ದರ್ಶನ, ವಸಂತತಿಲಕೆ-ಚಾರುದತ್ತರ ಪ್ರಣಯ, ದೇವಿಲೆ-ಮಿತ್ರಾವತಿಯರ ಅಳಲು, ನಿರ್ಗತಿಕನಾದ ಚಾರುದತ್ತ ಮರಳಿ ಮನೆಗೆಯ್ದುವುದು, ವಸಂತತಿಲಕೆಯ ವಿರಹ, ವೇಶ್ಯೆ ಅನಾಮಿಕೆಯ ಮನಃಪರಿವರ್ತನೆ, ಮಗಳನ್ನು ಚಾರುದತ್ತನಿಗೆ ಮರಳಿ ಒಪ್ಪಿಸುವುದು, ವಸಂತತಿಲಕೆ- ಚಾರುದತ್ತ- ಮಿತ್ರಾವತಿಯರ ಕೂಡಿಬಾಳು, ಮಾವ ಸಿದ್ಧಾರ್ಥ- ಚಾರುದತ್ತರ ಅರ್ಥನಿಮಿತ್ತ ಜೈತ್ರಯಾತ್ರೆ, ಸಮುದ್ರದಲ್ಲಿ ದಿಕ್ಕುಪಾಲಾಗುವುದು, ಚಾರು ಎದುರಿಸಿದ ಸಂಕಷ್ಟಗಳು, ಮರಳಿ ಖೇಚರ ದರ್ಶನ, ಹೆಂಡತಿಮಕ್ಕಳನ್ನು ಸೇರುವುದು, ವೀತರಾಗವನ್ನೈದುವುದು- ಈ ಮುಂತಾದ ಘಟನೆಗಳನ್ನು ಆಯ್ದು ಅವುಗಳಲ್ಲಿನ ಕ್ರಿಯಾತ್ಮಕ ಅಂಶಗಳಿಗೆ ಒತ್ತುಕೊಟ್ಟು ನಿರೂಪಿಸುತ್ತ ನಾಟಕ ರಚನೆ ಮಾಡಿದೆ.

'ಚಾರುವಸಂತ' ನಾಟಕದ ರಂಗಸಿದ್ಧತೆಯೆಂಬುದು ಸರಳ ಸಂಗತಿಯಾಗಿರಲಿಲ್ಲ. ಹಸ್ತಪ್ರತಿಯನ್ನು ಓದುತ್ತ ನಿರ್ದೇಶಕ ಜೀವನರಾಮ್ ಸುಳ್ಯ ಅವರು ಮನದಲ್ಲಿ

ದೃಶ್ಯಗಳನ್ನು ರೂಪಿಸುತ್ತ ಹೋದಾಗಲೇ ಇದು ಲಕ್ಷಗಟ್ಟಲೆ ಖರ್ಚು ಬಯಸುವ ನಾಟಕವೆಂಬುದು ಅವರಿಗೆ ಮನವರಿಕೆಯಾಯಿತು. ಹಂಪನಾ ಹಾಗೂ ಮೋಹನ ಆಳ್ವ ಅವರು–ಜೋಡೆತ್ತುಗಳಂತೆ– ಅದರ ಆರ್ಥಿಕ ನೊಗವನ್ನು ಹೊತ್ತುಕೊಂಡರು. ರಂಗಾಧ್ಯಯನ ಕೇಂದ್ರದಲ್ಲಿ ಹಗಲಿರುಳೆನ್ನದೆ ಕಲಾವಿದರು ನಿಸ್ವಾರ್ಥ ಮನೋಭಾವದಿಂದ ದುಡಿದರು. ಅರಮನೆ, ವೇಶ್ಯಾಗೃಹ, ಆಶ್ರಮ, ಬಾವಿ, ಉಡ, ಪುಷ್ಪಕ ವಿಮಾನ– ಹೀಗೆ ಒಂದರ ಮೇಲೊಂದು ದೃಶ್ಯಗಳು ಕ್ಷಿಪ್ರಗತಿಯಲ್ಲಿ ಮೂಡುತ್ತಿದ್ದವು. ಪುಟಿಯುವ ಉತ್ಸಾಹವನ್ನು ಯಾವುದೇ ಕಾರಣಕ್ಕೂ ಬಿಟ್ಟುಕೊಡದ ಕಲಾವಿದರು ಅತ್ತ ರಂಗವಿನ್ಯಾಸ ಪಲ್ಲಟಗಳನ್ನೂ ಇತ್ತ ಸಂಭಾಷಣೆ, ಅಭಿನಯಗಳನ್ನೂ ಏಕಕಾಲಕ್ಕೆ ನಿಭಾಯಿಸುತ್ತಿದ್ದ ಪರಿ ಬೆರಗು ಮೂಡಿಸುತ್ತಿತ್ತು.

ಅದಾಗಲೇ ಕರ್ನಾಟಕದ ಪ್ರಮುಖ ಕೇಂದ್ರಗಳಲ್ಲಿ ಒಂದು ಸುತ್ತು ಪ್ರದರ್ಶನ ಮುಗಿಸಿದೆ ಆಳ್ವಾಸ್ ರಂಗತಂಡ. ಇದೀಗ ಎರಡನೆಯ ಸುತ್ತಿಗೆ ಅಣಿಯಾಗಬೇಕೆಂಬ ಬೇಡಿಕೆ ರಾಜ್ಯದ ಉದ್ದಗಲಗಳಿಂದ ಬರುತ್ತಿದ್ದು ಮಹಾಕಾವ್ಯ ಬರೆದ ನಾಡೋಜ ಹಂಪನಾ ಅವರಾಗಲೀ ಆಳ್ವಾಸ್ ಶಿಕ್ಷಣಸಂಸ್ಥೆಯ ಡಾ. ಮೋಹನ್ ಆಳ್ವ ಅವರಾಗಲೀ, ನಿರ್ದೇಶಕ ಜೀವನ್‌ರಾಂ ಸುಳ್ಯ ಅವರಾಗಲೀ ರಂಗನಾಟಕ ರಚಿಸಿದ ನಾನಾಗಲೀ ಪರಮತೃಪ್ತರು ಎನ್ನುವುದನ್ನು ಉಲ್ಲೇಖಿಸದಿರಲಾಗದು.

***

ಪ್ರದರ್ಶನಗಳು ಜಯಭೇರಿ ಬಾರಿಸುತ್ತಿದ್ದಂತೆಯೆ ಚಾರುವಸಂತದ ರಂಗರೂಪವನ್ನು ಪ್ರಕಟಿಸುವ ಮೋಹವುಂಟಾಯಿತು. ಮಹಾಕಾವ್ಯದ ರಚನೆ ಒಂದುಕಡೆ, ಅದರ ರಂಗರೂಪ ನಿರ್ಮಿತಿ ಇನ್ನೊಂದು ಕಡೆ, ಅದನ್ನು ಪ್ರದರ್ಶನಕ್ಕೆ ಅಣಿಗೊಳಿಸಿದ ಗಾಥೆ ಮತ್ತೊಂದು ಕಡೆ– ಮೂರೂ ಮುಪ್ಪುರಿಗೊಂಡ ಬಗೆಯನ್ನು ಇಲ್ಲಿ ಹೇಳುವುದಕ್ಕೆ ಅವಕಾಶವಾಗಿದೆ. ಚಾರುವಸಂತದ ರಚಕರಾದ ಹಂಪ ನಾಗರಾಜಯ್ಯ, ರಂಗಪ್ರದರ್ಶಕರಾದ ಜೀವನ್‌ರಾಂ ಸುಳ್ಯ ಅವರಿಗೆ, ಸಹೃದಯಿ ಡಾ. ಮೋಹನ ಆಳ್ವ ಅವರಿಗೆ, ಪ್ರಕಟಿಸಿದ ಪ್ರಸಿದ್ಧ ಪ್ರಕಾಶಕರಾದ 'ಬಹುರೂಪಿ'ಯ ಅಂತರಂಗದ ಗೆಳೆಯರಾದ ಜಿ.ಎನ್. ಮೋಹನ್ ಹಾಗೂ ಶ್ರೀಜಾ ವಿ.ಎನ್. ಅವರಿಗೆ ಹೃದಯದ ಭಾಷೆಯ ನಮನಗಳು.

–ಡಾ. ನಾ. ದಾಮೋದರ ಶೆಟ್ಟಿ

ಪಾತ್ರಗಳು

- ಭಾನುದತ್ತ - ದೇವಿಲೆ
- ಚಾರಣಋಷಿ
- ಗುಂಪು - ರುದ್ರದತ್ತ
- ಖೇಚರ
- ಅನಾಮಿಕೆ
- ಚಾರುದತ್ತ - ವಸಂತತಿಲಕೆ-ಮಿತ್ರಾವತಿ
- ಸಿದ್ಧಾರ್ಥ - ಸುಮಿತ್ರೆ
- ಪ್ರತಿಪಾಲಕ
- ಪಾರಸಿಕ
- ವೀರಪಾಂಡ್ಯ - ವಿಕ್ರಮಾದಿತ್ಯ
- ಲೋಹಿತಾಶ್ವ - ಪೂರ್ಣಯಕ್ಷಿ
- ಸಿಂಹಗ್ರೀವ - ಕುಸುಮ ಶೇಖರ
- ಚಾರಣಮುನಿ
- ಭಾಗವತ
- ಹರಿಸಖ-ಮರುಭೂತಿ-ಗೋಮುಖ-ವರಾಹಕ-ಫಣಿಭೂತಿ

ದೃಶ್ಯ-1 ಚಂಪಾಪುರ

ಗುಂಪು 1: ಎಲ್ಲರಿಗೂ ನಮಸ್ಕಾರ. ಇದು ನಮ್ಮ ಕಾಲದ ಹಿರಿಯ ಸಾಹಿತಿಗಳಾದ ನಾಡೋಜ ಹಂಪ ನಾಗರಾಜಯ್ಯ ವಿರಚಿತ ಚಾರುವಸಂತವೆಂಬ ಮಹಾಕಾವ್ಯದ ರಂಗ ರೂಪ.

ಗುಂಪು 2: ಚಾರುವಸಂತ ಮಹಾಕಾವ್ಯಕ್ಕೆ ಒಂದು ಹಿನ್ನೆಲೆಯಿದೆ.

ಗುಂಪು 3: ಪೈಶಾಚಿ ಭಾಷೆಯಲ್ಲಿ ಗುಣಾಢ್ಯ ಬರೆದ ಬೃಹತ್ಕತೆಯಲ್ಲಿ ಇದರ ಬೇರುಗಳಿವೆಯಂತೆ. ಎಂಟನೆಯ ಶತಮಾನದಲ್ಲಿ ಪುನ್ನಾಟಸಂಘದ ಜಿನಸೇನಾಚಾರ್ಯರು ಸಂಸ್ಕೃತದಲ್ಲಿ ಬರೆದ 'ಹರಿವಂಶ' ಕಾವ್ಯದಲ್ಲೂ ಕನ್ನಡದ ಆದಿಗುಣವರ್ಮ, ಕರ್ಣಪಾರ್ಯ, ಬಂಧುವರ್ಮ, ನಾಗರಾಜ, ಮಂಗರಸ ಮೊದಲಾದವರು ಬರೆದ ಕಾವ್ಯಗಳಲ್ಲೂ ಚಾರುದತ್ತ- ವಸಂತತಿಲಕೆಯರ ಕತೆ ವಿವಿಧ ರೂಪವೆತ್ತು ಪಲ್ಲವಿಸಿದೆ.

ಹಾಡು: *ವಿಷಯವಿದು ಹೊಸತಲ್ಲ*
ಹೊಸದು ಮಸೆದಾ ರೀತಿ
ಸನಾತನವು, ಹಂಪನಾ
ಕವಿಯೊಳಗೆ ಮೈವೆತ್ತು

ಒಪ್ಪಿಸಿದರಿದನಿಂದು
ಕನ್ನಡದ ಗುಡಿಗೆ
ವಾಗ್ದೇವಿಯಡಿಗೆ.

ಗುಂಪು 4: ಬನ್ನಿ, ನಾವೀಗ ದೇಶದಲ್ಲೇ ದೇಶವೆನಿಸಿರುವ
ಅಂಗದೇಶದ ಚೂಡಾಮಣಿಯಂತಿರುವ
ಚಂಪಾಪುರದ ಪ್ರಸಿದ್ಧ ಶ್ರೇಷ್ಠಿ ಭಾನುದತ್ತನ
ಪುರಪ್ರದಕ್ಷಿಣೆಯಲ್ಲಿ ಭಾಗಿಗಳಾಗೋಣ.

(ಸಾರೋಟಿನಲ್ಲಿ ಭಾನುದತ್ತ ಹಾಗೂ ದೇವಿಲೆಯರ ಪ್ರವೇಶ)

ಹಾಡು: *ದೀನದಲಿತರಾ ರಕ್ಷಕನಿವನು ಭಾನು*
ಭಾನುದತ್ತನಾ ದೇವಿಲೆಯಿವಳೆ ಮಡದಿ
ಸಮರಸ ಜೀವನವೆಂಬ ತತ್ವದಲಿ ಬಾಳು
ಹೊಲ್ಲ ಪದ್ಧತಿಗಳೆಲ್ಲವು ಒರಸಿದ ಧೂಳು।

(ಮಲಹೊತ್ತ ಕಾರ್ಮಿಕರು ಸಾಗುತ್ತಿರುವರು.)

ದೇವಿಲೆ: ಪ್ರಭು, ಏನಿದೇನಿದು ಅವರ ಶಿರದಲ್ಲಿ?
ಅಸಹ್ಯವಾಸನೆಯನವರೆಂತು ಸಹಿಸುವರು?

ಭಾನುದತ್ತ: ಇನ್ನೂ ಇದೆಯೇ ನಮ್ಮ ನಾಡಿನಲಿ ಈ ಅನಿಷ್ಟ
ಪದ್ಧತಿ? ತಲೆಯ ಮೇಲೆ ಮಲಹೊರುವುದು
ಎಂಥ ಹೇಯ ಕೃತ್ಯ, ದೇವಿಲೆ. ಮಾನವತೆಯ
ಮುಖಕುಗುಳುವುದೆಂದರೆ ಇದೇನೆ.
ಇನ್ನು ಮುಂದೆ ಈ ರೇವುಪಟ್ಟಣದಲ್ಲಿ ಇದು
ನಡೆಯುವುದಿಲ್ಲ. ಯಾರಲ್ಲಿ?

ಗುಂಪು–1: ದನೀ...

ಭಾನು: ಈ ಕ್ಷಣವೆ ನಮ್ಮ ಕೊಟ್ಟಿಗೆ ಮನೆಯಲ್ಲಿರುವ ಸಕಲ
ಚಕ್ಕಡಿಗಳನ್ನು ಹೊರತನ್ನಿ.

(ಮಲಹೊತ್ತವರಿಗೆ)

ಬನ್ನಿ ಬಂಧುಗಳೇ, ನಿಮ್ಮಲ್ಲಿ ಒಬ್ಬೊಬ್ಬರೂ
ತಳ್ಳುಗಾಡಿಗಳನ್ನು ಪಡೆದುಕೊಳ್ಳಿ. ನಿಲ್ಲಲಿ ಇಂದಿಗೇ
ಈ ಅನಿಷ್ಠ ಪದ್ಧತಿ.

(ಚಕ್ಕಡಿ ಪಡೆದು ಮರಳುವರು)

ಹಾಡು:	*ಕೆಲಸಗಾರರ ಕರ್ಮಚಾರಿಗಳ* *ದಾಸದಾಸಿಯರ ಕುಲಟೆಯರ* *ಗುಲಾಮಗಿರಿಯನೆ ನಿಲ್ಲಿಸಿದ* *ನ್ಯಾಯದೇವತೆ ಧರ್ಮದೇವತೆ* *ಎಲ್ಲರ ಒಂದೆಡೆ ಸೇರಿಸಿದ* *ಭಾನು ಭುವಿಯನೆ ಮೆಚ್ಚಿಸಿದ*
ದೇವಿಲೆ:	ದೇವಾ, ಚಾರಣ ಸವಣರು ನೆಲೆಗೊಂಡ ತಾಣಕ್ಕೆ ಅಡಿಯಿಟ್ಟೆವಲ್ಲವೆ? ಭಯವಾಗುತ್ತಿದೆ ನನಗೆ?
ಭಾನು:	ಬಾ ದೇವಿ, ನಮ್ಮ ಮನದಿಂಗಿತವನ್ನು ಋಷಿವರೇಣ್ಯರ ಮುಂದೆ ನಿವೇದಿಸೋಣ. ಅದಕ್ಕೆ ಭಯವೇಕೆ?
	(ಅನತಿದೂರದಲ್ಲಿ ಧ್ಯಾನ ನಿರತರಾದ ಚಾರಣಋಷಿಗಳ ಕಂಡು)
ಗುಂಪು–1:	ಅಂಗಮಂದಿರ ಹೆಸರಿನ ಬೆಟ್ಟದ ಬುಡಕೆ ಭಾನುದೇವಿಲೆಯರು ಭಕ್ತಿಯಲ್ಯೆತಂದರು ಬೊಗಸೆ ಹೂಗಳ ಚಾರಣಚರಣಕರ್ಪಿಸಿ ಸಾಷ್ಟಾಂಗ ಪೊಡಮಟ್ಟರು ದಂಪತಿಗಳು
	(ದೇವಿಲೆಯ ನಿವೇದನೆ)
ದೇವಿಲೆ:	ತಪೋಧನರೆ, ಮನ್ನಿಸಿ ಲೌಕಿಕ ನುಡಿಗೆ ನುಲಿವ ಕರುಳೆನ್ನ ಉಲಿವೆನಿಂತು ಮಕ್ಕಳಿಲ್ಲದ ಗೊಡ್ಡು ಎನುವರೆತ್ತ ಗರ್ಭವನೆ ಬಯಸುವಂತಾದುದಿತ್ತ

ಮುಂದಪ್ಪುದರಿವ ಬಲು ಮಹಿಮರೆ
ದಿವ್ಯನೋಟದೆ ಹೇಳಿ, ನಮೋಸ್ತು

ಗುಂಪು–2: ಚಾರಣರು ಕುಪಿತರಲ್ಲ
ತಿಳಿದದ್ದು ಹೇಳುವರು, ಸುಳ್ಳು ತಟವಟವಿಲ್ಲ

ಚಾರಣರು: (ಧ್ಯಾನಿಸಿ) ದೇವಿಲೆ ತಾಯಿ, ನಿನಗೊಬ್ಬನಸಾಮಾನ್ಯ
ಉದಾರ ಚರಿತ ಮಗ ಹುಟ್ಟುವನು

ಗುಂಪು–3: ಸವಣರ ಮಾತು ದೇವಿಲೆಯ ಕಿವಿಗೆ ಬಿದ್ದುದೆ ತಡ
ವರ್ಷಾಗಮನಕ್ಕೆ ನಲಿವ ಸೋಗೆ ನವಿಲಂತೆ
ಗರಿಯರಳಿ ಮುದವೇರಿ, ಅಲ್ಲಿಂದ ತೆರಳಿದರು
ಭಾನುದೇವಿಲೆಯರು ತಮ್ಮ ಭೋಗದರಮನೆಗೆ

***

ದೃಶ್ಯ-2 ಅರಮನೆ

ಗುಂಪು–1: ಕನಸುಗಳು ಕಡಿಮೆಯೇ ಮನಸುಗಳಿಗೆ
ಒಂದಿರುಳು ಕನಸಿನಲಿ ದೇವಿಲೆಗೆ ಚಾರಣರು ಕಾಣಿಸಿಗರು
ಕೈನೀಡಿ ಹಿಡಿದ ಬೊಗಸೆಗಿಟ್ಟರು ಮಾಣಿಕವ.
ಬೆಳಗಿನಲಿ ಮಡದಿಯು ಹುಡುಕಿ ತಡಕಿ
'ಎಲ್ಲಿ ಮಾಣಿಕ್ಯ?' ಎನೆ, ಪತಿರಾಯ ನಗುತ ನುಡಿದನು:
'ನೀನೆ ನುಂಗಿದೆಯದನು ಹೊಟ್ಟೆ ಸೇರಿತು ಬಿಡು ದೇವಿ'

ಗುಂಪು–2: ದೇವಿಯ ಕನಸು ನನಸಾಗಿ ಮೈದುಂಬಿತು.

ಗುಂಪು–3: ರೇವು ಪಟ್ಟಣದಲ್ಲಿ ಸಂಭ್ರಮವೋ ಸಂಭ್ರಮ.

ರಾಣಿ ದೇವಿಲೆಯ ಬಸಿರ ಭಾಗ್ಯದ ಸುಗ್ಗಿ. ದೇವಿಲೆಯ
ಗೆಳತಿಯರ

ಸಂಭ್ರಮಕೆ ಎಣೆಯಿಲ್ಲ. ಭಾನುದತ್ತ
ದಾನಧರ್ಮಾದಿಗಳಿಂದ ಇಳೆಯನ್ನೇ ತಣಿಸಿದ.
ಆ ಸುಂದರ ಹೊತ್ತಲ್ಲಿ:

ಗುಂಪು–1: ಹುಟ್ಟಿದನು ಮಗ, ಊರೆಲ್ಲ ಜಗಮಗ.
ಇಭ್ಯವಂಶದ ಕುಡಿ ವೈಶ್ಯ ಕುಲ ಲಲಾಮ.

(ನಾರಿಯರು ಮಗುವನ್ನು ಎತ್ತಿಕೊಂಡು ಬರುವರು. ಸಂಭ್ರಮ, ಸಡಗರದ ವಾದ್ಯ. ಮಗುವನ್ನು ಆಡಿಸುತ್ತಿರಲು– ಸುತ್ತ ಜನ ಸೇರಿದರು.)

ಹಾಡು: *ಜೊಜೋ ಜೊಜೋ ಜೊಜೋ ಜೊಜೋ*

ಭಾನುದತ್ತಾನ ಮಗನೀಗೆ
ಏನೆಂದು ಹೆಸರಾನಿಡಲಮ್ಮ
ಚಾರಣರಿತ್ತಾ ಮಗುವೀಗೆ
ಏನೆಂದು ಹೆಸರಾನಿಡಲಮ್ಮ
ಚಾರುದತ್ತ.....ಇವ ಚಾರುದತ್ತಾ.....
ಇಭ್ಯವಂಶಸ್ಥ ಚಾರುದತ್ತಾ.... ಚಾರುದತ್ತಾ...
*ಜೊಜೋ ಜೊಜೋ ಜೊ ಜೋ **(ಕುಣಿತ)***

ಗುಂಪು–2: ನೋಡುನೋಡುತ್ತಿದ್ದಂತೆಯೆ ಮಾಣಿ ಬಳೆದ.

(ಕುಣಿತ)

(ಗುಂಪಿನಿಂದೊಬ್ಬ ಬಾಲ ಚಾರುವಾದ. ಜೊತೆಗೆ ಇತರ ಬಾಲಕರು. ಮಕ್ಕಳಾಟದಿಂದ ತೊಡಗಿ, ಯುವಕರಾಟದ ವರೆಗಿನ ಹಂತಗಳು)

ಹಾಡು: ಆ ವಿದ್ಯೆ ಈ ವಿದ್ಯೆ ಸಕಲ ವಿದ್ಯೆಯ ಕಲಿತ ಗುರು
ವಿದ್ಯೆ ಗುರಿ ವಿದ್ಯೆ ಪಾರಂಗತನಾದ.
(ಕುಣಿತ)

ಗುಂಪು–3: ಚಾರುವಿಗೆ ಜೊತೆಗೊಡಲೆಂಬಂತೆ ಭಾನುದತ್ತನ
ಓರಗೆಯ ಸಚಿವಪುತ್ರರ ಸಾಲೇ ನೆರೆಯಿತು.
(ಕುಣಿತ)

ಗುಂಪು–3: ಹರಿಸಖ, ಗೋಮುಖ, ವರಾಹಕ, ಮರುಭೂತಿ,
ಪರಂತಪ ಎಲ್ಲ ಜೊತೆಯಾಗಿ ಕಲಿತರು, ಜೊತೆಯಾಗಿ
ಬಲಿತರು
(ಕುಣಿತ)

ಹಾಡು: ಕೇಕೆಯ ಹಾಕುತ ಶಿಳ್ಳೆಯನೂದುತ
ಹೊರಟರು ಗೆಳೆಯರು ಕಾಡಿನ ಕಡೆಗೆ

ಹಾಡು, ಹರಿಸಖ: ಅಂಗದೇಶವಿದು ವಿಭವದ ನಾಡು
ಚಂಪಾನಗರವೆ ನಮ್ಮಯ ಹೆಮ್ಮೆ

ಹಾಡು, ವರಾಹಕ: ಕಾಡನು ಕಡಿದು ನಗರವ ನಿರ್ಮಿಸಿ
ಮಿರಿಮಿರಿ ಮಹಲಲಿ ಮೆರೆಯೋಣ
ಬನ್ನಿ ಗೆಳೆಯರೆ ಹೊರಡೋಣ

ಗೋಮುಖ: ಹರಿಸಖ ಹೇಳಿದ್ದು ನಿಜ
ಬನ್ನಿ ಗೆಳೆಯರೆ ಹೊರಡೋಣ
ಕಾಡುಗಳನ್ನು ಕಡಿಯೋಣ
ಕಾಡುಪ್ರಾಣಿಗಳ ಕೊಲ್ಲೋಣ.
ಹಬ್ಬದೂಟವನು ಮಾಡೋಣ

(ಗದ್ದಲ ಮಾಡುತ್ತ ಆಯುಧಗಳೊಂದಿಗೆ ಹೊರಡುವರು)

ಚಾರು: (ಒಮ್ಮಿಂದೊಮ್ಮೆಲೆ) ನಿಲ್ಲಿ ಗೆಳೆಯರೇ,
ಹುಚ್ಚು ಸಾಹಸವ ಮಾಡದಿರಿ
ಪಶುಪಕ್ಷಿ ಕೀಟಗಳು ತಮ್ಮ ಪಾಡಿಗೆ ತಾವು
ನೆಮ್ಮದಿಯಲಿ ಇರುವಾಗ ನಮ್ಮ ವಿನೋದ ವಿಹಾರಕೆ ಗುರಿಮಾಡಬೇಕೆ?
ಏಕಿಂತು ಕಿರಚುವಿರಿ ಅರಚುವಿರಿ ಹುಚ್ಚರಂತೆ! ಇದು ಶಬ್ದ ಮಾಲಿನ್ಯ.
ಎಲ್ಲ ಜೀವಕು ನೆಲೆಯು, ನೆಲವಿದು ಎಲ್ಲರಾಸ್ತಿ
ಸಸ್ಯ ಶಾಮಲೆಯ ಸಮೃದ್ಧಿಯು ದೈವ ಕೃಪೆಯ್ಯೆ!
ಹಸಿರು ಹೋದರೀ ಜೀವದುಸಿರು ಉಳಿವುದು ಹೇಗೆ?
ಕಡಿಮೆಯಾದರೆ ಇಳೆಯೊಳಗೆ ಆಮ್ಲಜನಕ ಸತತ
ಉಸಿರಾಟಕ್ಕೆ ಬವಣೆ ಮನುಕುಲದ ಬಾಳು ನರಕ
ಮರೆಯದಿರಿ ಪ್ರಕೃತಿಯನುಳಿಸುವೀ ಬೀಜಮಂತ್ರ
–ಒಂದು ಮರ ಕಡಿಯಲು ನೆಟ್ಟಿರಬೇಕು ಎರಡು ಗಿಡ–
ನಮ್ಮ ಗೋರಿಯ ನಾವೆ ತೋಡುವುದು ಬೇಡ. ಬೇಡ ಬಡಿಗೆ, ಖಡ್ಗ.
ಬನ್ನಿ, ಗಿಡವ ನೆಟ್ಟು ನೀರು ಸುರಿಯೋಣ ಹಸಿರಿಗೆ

ಗುಂಪು–1: ಗೆಳೆಯರನುಮೋದನೆ ತಪ್ಪದು ಚಾರುವಾಕ್ಕಿಗೆ
ಕೈಪರೆಗುಟ್ಟುವರು ಸಂಸಾರ ಸಾರೋದಯಗೆ.

(ನಿಷ್ಕ್ರಮಣ)

දೃಶ್ಯ-೩

ಅರಣ್ಯ

(ಗುಂಪು– ಗೆಳೆಯರಾಗುವರು.)

ಚಾರು: ಹೇ ಹರಿಸಖ, ಗೋಮುಖ, ವರಾಹಕ, ಮರುಭೂತಿ.. ಎಲ್ಲಿದ್ದೀಯಾ ಪರಂತಪ?

(ನೆಲವನ್ನು ದಿಟ್ಟಿಸಿ) ಇದು ನೋಡಿ, ಆನಂದದಿ ರಮಿಸುವ ವಿದ್ಯಾಧರರು

ನಮ್ಮ ಗದ್ದಲಕೆ ಹಾರಿಹರೀಗಲೆ

ವಿಘ್ನವ ಮಾಡಿದೆವಮರರ ಭೋಗಕೆ..

ಮರುಭೂತಿ: ಹೆಜ್ಜೆಯ ಗುರುತನು ಪತ್ತೆ ಹಚ್ಚುವುದರಲಿ ನಿಸ್ಸೀಮರು ನೀವು.

(ಚಾರುದತ್ತ ಹೊರಳಿ ತಟ್ಟನೆ ನಿಂತು ಎದುರಿನ ಕದಂಬ ವೃಕ್ಷವನು ದಿಟ್ಟಿಸಿದ.)

ಚಾರು: ಹೇ ಅದೋ ನೋಡಿ, ಕದಂಬ ವೃಕ್ಷಕೆ ಕೀಲಿಸಿದ ಖೇಚರ!

(ಗೆಳೆಯರು ಭೀತರಾದರು. ಚಾರುದತ್ತನು ಶಾಂತನಾಗಿ, ವೃಕ್ಷವನ್ನು ಗಮನಿಸುವನು.)

ಪರಂತಪ: ಈ ಖೇಚರನ ಹಗೆಗಳು ಬಲಪ್ರಯೋಗವ ಎಸಗಿ ಮರದಲಿ ಕೀಲಿಸಿಹರು.

ಚಾರು: ಈತನ.... ಹರಣ ದೇಹವ ತೊರೆವ ಹಂತವು ಕ್ಷಣಗಣನೆಯಲ್ಲಿದೆ.

ಗೆಳೆಯರು: ಸಕಲಾಗಮ ಶಾಸ್ತ್ರ ಪ್ರವೀಣನೆ, ಅನುನಯದೋರು, ಉಪಾಯವ ತಿಳಿದು ಮರುಜನ್ಮವ ಕರುಣಿಸು ಈ ವಿಯಚ್ಚರಗೆ.

(ಚಾರುದತ್ತ ಅತ್ತಿತ್ತ ಪರೀಕ್ಷಿಸುವನು.)

ಗೋಮುಖ: ಅದೋ ಖೇಚರನ ಕಣ್ಣಾಲಿ ಎಡಗಡೆ ಹೊರಳುವುದು. ಸತ್ತಿಲ್ಲವಾತ.

ವರಾಹಕ: ಓ ಅರಿತ ಅರಿತ. ನೋಡಿದೆಯಾ ವರಾಹಕ,
ಖೇಚರನ ಬಳಿಯಲಿಹ ಗುರಾಣಿಯ
ಭೋಂಕನಿಳಿಸಿದ ಚಾರುದತ್ತ.

ವರಾಹಕ: ಆತ ಅದರೊಳಗಿದ್ದ ಗುಳಿಗೆಗಳ ಹೊರತೆಗೆದ.

ಚಾರು: ಮಹಿಮೆಯ ಮೂರು ಗುಳಿಗೆಗಳು!
ಗೆಳೆಯರೇ ಇದುವೇ ಕೀಲೋತ್ಪಾಟಿ–ಇದ ತೆಗೆದು ಪೂಸುವೆನು

(ಗುಂಪು ಎಲ್ಲದಕು ಸಹಕರಿಸುವುದು)

ಹರಿಸಖ: ಅಲ್ಲಿ ನೋಡಿ, ಖೇಚರನ ಮೈಯಲ್ಲಿದ್ದ ಕೀಲುಗಳೆಲ್ಲ ಉದುರಿಹೋದುವು.
ಇದೇನು ಮಹಿಮೆ ಚಾರುದತ್ತಾ?

ಚಾರು: ಇದು ಉನ್ಮೂಲ ವ್ರಣರೋಹಿ, ಇದ ತೇದು ಹಚ್ಚುವೆನು.

ಗೋಮುಖ: ಏನಾಶ್ಚರ್ಯ ವರಾಹಕ, ಖೇಚರನ ಮೈಯ ಬಾವುಗಳು ಕ್ಷಣದಲಿ ಮಾಯವಾದುವು

ಚಾರು: ಇದು ನೋಡಿ ಸಂಜೀವಿನಿ ಮಾತ್ರೆ, ಇದ ಪ್ರಯೋಗಿಸುವೆನು.

ಗೆಳೆಯರು: ಅದು ಅಮೃತ ಬಿಂದುವೆ ಸರಿ. ಖೇಚರನು ಎಚ್ಚೆತ್ತನು.

ಹಾಡು/ಭಾಗವತಿಕೆ: *ಇನಿಸಿನಿಸು ಮಿಡುಕುತ*
ತುಸು ತುಸು ಸುಯ್ಯುತಲಾ ಮೂರ್ಛಾಗತ ಗಗನವಲ್ಲಭ
ತನ್ನ ಸಪ್ರಾಣಿಸಿದ ಚಾರುದತ್ತಗೆ ಕೈಮುಗಿಯುತ್ತಲಿಂತೆಂದ....

ಖೇಚರ: ನಿನ್ನೀ ಪ್ರಸಾದದಲಿ ಎನಗೆ ಪುನರುತ್ಪತ್ತಿಯಾದುದು.
ಓ ಸಹೋದರಾ, ನೀನಾರು?

ಮರುಭೂತಿ: ಚಂಪೆಯೊಳು ಪೆಂಪುವೆತ್ತ ಇಭ್ಯಕುಲ ಬಿಟ್ಟ ಅಮೃತಫಲ ಉದಾತ್ತಚಿತ್ತನೀ ಚಾರುದತ್ತ.

ಖೇಚರ: ಹೇ ಚಾರುದತ್ತಾ, ಮರೆಯೆ ನಿನ್ನುಪಕಾರಮಂ.
ಇಂದಿನಿಂ ಮೊದಲು ನೀವೆನ್ನ ಬಂಧು, ಮಿತ್ರ.
ಉಪಕಾರಕೆ ಪ್ರತ್ಯುಪಕಾರವನೆಸಗಲು ಬಯಸುವೆ
ಸೂಕ್ತದ ಸಮಯವ ಕಾಯುವೆನಯ್ಯ.

ಚಾರು: ಜನನುತ ಖೇಚರ, ನಿನಗಿನಿತು ಉಪದ್ರವ ಆರ ದೆಸೆಯಿಂ ಬಂತು ಹೇಳೈ..

ಖೇಚರ: ಸಹೋದರರೇ, ನನ್ನದೀ ರಜತಗಿರಿಯ ತೆಂಕಣಶ್ರೇಣಿ,

ದೊರೆ ಮಹೇಂದ್ರವಿಕ್ರಮನ ಕುವರ ನಾನು, ಸೊಬಗಿ ವಿದ್ಯುಲ್ಲತೆ ನನ್ನ ಭಾರ್ಯೆ.

ನಾವಿಂದು ತಿರೆಯಲಿ ನಿರುಪಮ ವಾಸುಪೂಜ್ಯರ ಪೊಡೆವಟ್ಟು

ಮರಳಿ ಅಂಬರಕೊಗೆವ ಮುನ್ನ ನಿಮ್ಮೀ ಚಂಪೆಯ ತೊರೆಯಲಿ

ನಾಗನಾಗಿಣಿಯರಾಗಿ ಮತ್ತೇರಿ ಪವಡಿಸಲು ನಿಶಾಚರ ನೀಚರೊಮ್ಮೆಲೆ ನುಗ್ಗಿಬಂದರ್.

ನನ್ನನು ಛಿದ್ರಿಸಿ ಕೈಕಾಲಿಗೆ ನೇಣು ಬಿಗಿದೀ ಕದಂಬ ಮರಕೆ ಬಿಗಿದು ಕಟ್ಟಿ

ಅಪಹರಿಸಿದರೆನ್ನ ಹರಣದ ವಿದ್ಯುಲ್ಲತೆಯನು

ಚಾರು: ಮತ್ತಿನ್ನೀಗ?

ಖೇಚರ: ಈಗಳೀಗ ನನ್ನ ಮನದನ್ನೆಯನಾರಯ್ಯಬೇಕು.

ತಡವಾದರೆ ವಿದ್ಯುಲ್ಲತೆ ತೊರೆದಾಳು ಹರಣ

ಗೋಮುಖವ್ಯಾಘ್ರರು ಗೈದಾರು ಶೀಲಹರಣ. ನಾನಿದೋ ಹೊರಟೆ.

ಚಾರು: ಲೇಸ ಕೋರುವೆ

ಎಲ್ಲರೂ: ಹದುಳ ಹೋಗಿ ಬನ್ನಿ.

ದೃಶ್ಯ-4 ಅರಮನೆ

ಗುಂಪು–1: ಇತ್ತ, ಭಾನುದತ್ತ –ದೇವಿಲೆಯರಿಗೆ ತಮ್ಮ ಪುತ್ರನ ಯೌವನವೂ

ಚಿಂತೆಗೊಂದು ಕಾರಣವಾಯಿತು.

ಗುಂಪು–2(ಭಾನು): ಹರಯ ತುಂಬಿದ ಚಾರು ಒಂಟಿಯಿರುವುದು ತರವೆ.

ಆರ್ಯ ವೈಶ್ಯ ಕುಲದೊಳಗೆಮಗೆ ಸರಿಸಮನಾದ ಮನೆತನದ ಕನ್ಯೆ ವಿನಯಶ್ರೀ ವಿದ್ಯಾವತಿ

ಎಲ್ಲಿರುವಳು ಎಂದು ಭಾನುದತ್ತ ಚಿಂತಿಸತೊಡಗಿದಾಗ

ಗುಂಪು–3(ದೇವಿಲೆ): ನಮ್ಮ ಪುತ್ರನಿಗೆ ವಿವಾಹವೆಸಗಲಿಕೆ

ನಿಮ್ಮ ಭಾವನ ಮಗಳು ಮಿತ್ರಾವತಿ ಇರುವಾಗ

ಅನ್ಯ ಜಾತಕವ ತರಿಸಲೇಕೆ? ಮೀನಮೇಷ ಎಣಿಸಲೇಕೆ?

ಗುಂಪು–2(ಭಾನು): ಕುಂತಳ ನಾಡಿನ ವರ್ತಕವರೇಣ್ಯ ಸಿದ್ಧಾರ್ಥ.

ನನ್ನ ತಂಗಿಯ ಗಂಡ! ಅರ್ಥಾತ್ ನನ್ನ ಭಾವ. ವಾಣಿಜ್ಯ ವಹಿವಾಟಿಗಾತನೆ ಮೂಲ ಪುರುಷ.

ಹೌದೆಲೆ ದೇವಿಲೆ, ನಿನ್ನ ಬಾಯಲೆ ಆ ಮಾತು ಬರಲೆಂದು ಕಾಯುತಿದ್ದೆ.

ಇದೀಗ ಸೊಗವಾಯಿತು.

ಗುಂಪು–5: ಸಿದ್ಧಾರ್ಥ ಸುಮಿತ್ರೆಯರ ಒಬ್ಬಳೇ ಮಗಳು. ಮಿತ್ರಾವತಿ.

ಗುಂಪು–6: ಅವರಿಗು ಸೈ ಇವರಿಗು ಸೈ. ಮದುವೆಯ ಸಿದ್ಧತೆ ಆಗಿಯೆ ಬಿಟ್ಟಿತು.

(ವಾದ್ಯಘೋಷ, ಸಂಭ್ರಮ)

ಗುಂಪು–1: ಅಬ್ಬಬ್ಬಾ ಮದುವೆಯ ದಿಬ್ಬಣವೆ

(ವಧುವನ್ನು ಕಲ್ಯಾಣ ಮಂಟಪಕ್ಕೆ ಕರೆತರಲಾಗುವುದು)

ಹಾಡು: ಕಳಶ ಕನ್ನಡಿ ಹೊತ್ತ ಮುತ್ತೈದೆಯರು
ಅರಿಶಿಣ ಬಳಿಯುವ ಓಕುಳಿ ಎರಚುವ
ವಿವಾಹ ಮಂಟಪ ಸಡಗರ ಸಂಭ್ರಮ

(ವರನನ್ನು ಕಲ್ಯಾಣ ಮಂಟಪಕ್ಕೆ ಕರೆತರಲಾಗುವುದು)

ಗುಂಪು–4: ವರನ ಹಣೆಗೆ ನವರತ್ನ ಬಾಸಿಗವ ಕಟ್ಟಿದರು
ಪರಮ ಮಂತ್ರಗಳ ಪಠಿಸಿ ಮುತ್ತಿನಕ್ಷತೆ ಸಹಿತ
ನವವಧೂವರರ ಹರಸಿದರು ಕುಲಪುರೋಹಿತರು.
(ಮಂತ್ರಘೋಷ)

ಗುಂಪು–5: ಬೆಂಕಿದೇವನೆ ಪರಮ ಸಾಕ್ಷಿಯಂತಿರಲು
ಚಾರುದತ್ತ ಮಿತ್ರಾವತಿಯರು ಒಂದೊಂದಾಗಿ ಏಳು ಹೆಜ್ಜೆಯನಿಡುತ
ಕರಬಿಡದೆ ಸುತ್ತಿದರು ಉರಿವ ದೇವನಿಗೆ:

ಗುಂಪು–4: ಅನ್ನಮಯ ಬಾಳಿಗೆ,

ಗುಂಪು–5: ಗಟ್ಟಿ ಬದುಕಿಗೆ,

ಗುಂಪು–6: ಧನ ವರ್ಧನಕೆ,

ಗುಂಪು–1: ಮಮತೆ ಅನುರಾಗಕೆ,

ಗುಂಪು–4: ಸೊಗದ ಸಂತತಿಗೆ,

ಗುಂಪು–5: ಕಾಲಕಾಲದ ಅನುಕೂಲಕೆ,

ಗುಂಪು–6: ಅನುಗಾಲದ ಸ್ನೇಹ ಸೌಭಾಗ್ಯಕೆ

ಗುಂಪು: **(ಪುಷ್ಪವೆರಚುತ್ತಾ)** ಜಯಜಯ ಭಾನುದತ್ತ ಪುತ್ರನಿಗೆ
ಜಯಜಯ ದೇವಿಲೆಯ ಸುತನಿಗೆ
ಜಯಜಯ ವೈಶ್ಯ ಯುವರತ್ನ ಚಾರುದತ್ತನಿಗೆ
ಜಯಜಯ ಸಿದ್ಧಾರ್ಥ–ಸುಮಿತ್ರಾಸುತೆ ಮಿತ್ರಾವತಿಗೆ
ಜಯಜಯಾ ಜಯಜಯಾ
(ವಿವಾಹ ಸಂಭ್ರಮ, ಭೋಜನ, ತಾಂಬೂಲಾದಿಗಳ ಸೇವನೆಯ ಗದ್ದಲ.)

ದೃಶ್ಯ-5

ಭಾನುದತ್ತನ ಮನೆ

(ಚಾರುದತ್ತನ ಕೊಠಡಿ. ಹಸ್ತಪ್ರತಿಗಳ ಮಧ್ಯೆ ಕುಳಿತು ಅಭ್ಯಾಸ ನಿರತ.

ಮಿತ್ರಾವತಿ ಮಂಚದಲ್ಲಿ ಕುಳಿತು, ಎದ್ದು, ಮಲಗಿ, ನಡೆದಾಡಿ ಕಾಲಹರಣ ಮಾಡುವಳು.)

ಗುಂಪು–1: ಅತ್ತ ನವವಧು ಮಿತ್ರಾವತಿ. ಇತ್ತ ಆಗಮಾಭ್ಯಾಸಿ ಚಾರುದತ್ತ.

ಒಂದು ಲೌಕಿಕ– ಇನ್ನೊಂದು ಅಲೌಕಿಕ.

ಗುಂಪು–2: ಇದೇನಾಯಿತು ಚಾರುದತ್ತನಿಗೆ? ನಿಜಸ್ತ್ರೀಯ ರಮಿಸುವುದನತ್ತ ಬಿಟ್ಟು ಗ್ರಂಥವ ಹಿಡಿದು ಮಗ್ನನಾದನಲಾ ಚಾರುಕಲಿ

ಗುಂಪು–3: ಸೋಜಿಗವೈ, ನವದಂಪತಿಗಳ ಈ ಪರಿ. ಕಾಲವದೆಷ್ಟು ಕಳೆದುಹೋಯಿತು.

ಗುಂಪು–1: ಇದೆಂಥ ಓದಿನ ಗೀಳು ಚಾರುದತ್ತನಿಗೆ? ಹೆಂಡತಿ ಬಳಿಯಲಿದ್ದೂ ರತಿಯ ಅರಸಿಕಗೆ ಪುಸ್ತಕವೆ ಗತಿಯಾಯ್ತೆ?

ಗುಂಪು–2: ದುಃಖಿತಪ್ತ ಸುಮಿತ್ರೆ ಅಣ್ಣನ ಮನೆಗೆ ಬಂದವಳು ಅತ್ತಿಗೆ ದೇವಿಲೆಯೊಡನೆ ಜಗಳವನ್ನೇ ಹೂಡಿದಳು:

ಸುಮಿತ್ರೆ: ಮೋಸಹೋದೆವು ಅತ್ತಿಗೇ, ಮೋಸಹೋದೆವು ನಾವು ಮಗಳನಿತ್ತು.

ದೇವಿಲೆ: ಏನು ಹೇಳಿದೆ ಸುಮಿತ್ರೆ, ಮೋಸ ಮಾಡುವವರೆ ನಾವು?

ಆದುದಾದರು ಏನು ಬಿಡಿಸಿ ಹೇಳು.

ಹೇಳುವುದಕೇನಿದೆ ಹೆಚ್ಚು? ಮಗಳ ಬಾಳೇ ಹೋಳು.

ದೇವಿಲೆ: ಸುಮಿತ್ರಾ, ಗಾಯದ ಮೇಲೆ ಬರೆಯೇಕೆ? ನೇರದಲಿ ನುಡಿ. ದೋಷವೇನು?

ಸುಮಿತ್ರೆ: ದೋಷವಲ್ಲ ದೇವಿಲೆ ಮೋಸ. ಮದುವೆ ಕಳೆದು

ಆರು ಮೂರು ತಿಂಗಳಾಯಿತು. ಇದುತನಕ ಚಾರುದತ್ತ

ಹೆಂಡತಿಯ ಮುಖವನ್ನು ನೋಡಿದನೆ?

ಅವಳ ಬೇಕು ಬೇಡಗಳ ಕೇಳಿದನೆ?

ಹೆಂಡತಿಯ ಸಂಗಡೀ ಗಂಡ ಪಕ್ಕ ಮಲಗಿದನೆ? ಹೇಗೆ ಹೇಳಲಿ ನಾನು ಒಡೆದು ಬಿಡಿಸಿ?

ಗುಂಪು-2: ಸುಮಿತ್ರೆ ನುಡಿದುದ ಕೇಳಿ ದೇವಿಲೆಯ ದುಃಖದ ಕಟ್ಟೆಯೂ ಒಡೆದು ಹೋಯಿತು.

ಸುಮಿತ್ರೆ: ಚಿಂತಿಸದಿರು ಸುಮಿತ್ರಾ. ಚಾರುದತ್ತ ಪುಸ್ತಕ ಜೀವಿಯೆಂಬುದು ನಿಜ.

ನಿರ್ಜೀವ ಪುಸ್ತಕವ ಬದಿಗಿಟ್ಟು ಸಜೀವ ಮಿತ್ರಾವತಿಯನಾದ್ಯಂತ ಓದುವನು. ನೋಡುತಿರು ಸುಮಾ.....

ಸುಮಿತ್ರೆ: ನೀನಂದುದು ನಿಜವಾಗಲಿ ಅತ್ತಿಗೇ... ಕಾಯುವೆನು.....

(ಹೊರಡುವಳು)

ಗುಂಪು-1: ಇತ್ತ ದೇವಿಲೆ ಚಾರುದತ್ತನ ಮನಃಪರಿವರ್ತನೆ ಯಾರಿಂದ ಸಾಧ್ಯ? ಎಂದು ಚಿಂತಿಸತೊಡಗಿದಳು.

ಗುಂಪು-2: ಕೊನೆಗೂ ಹೊಳೆಯಿತೊಂದುಪಾಯ!

ತನ್ನಸೋದರ ರುದ್ರದತ್ತ ಎಷ್ಟೇ ಕೆಟ್ಟವನಾದರೂ

ಇಂಥ ಕೆಲಸಗಳಲ್ಲಿ ಕಡು ಜಾಣ.
ಕೇಳಿದಷ್ಟು ಕೊಟ್ಟರಾಯಿತು. ಕೆಲಸ ಆದಂತೆಯೆ.

(ದೇವಿಲೆ ತನ್ನ ಸೋದರ ರುದ್ರದತ್ತನ ಬರುವಿಕೆಗಾಗಿ ಕಾಯುತ್ತಿರುವಳು)

ಭಾಗವತಿಕೆ: ಇತ್ತಲಾ ದೇವಿಲೆಯ ಸೋದರ
ಚಂಡಪ್ರಚಂಡನು ದುರುಳ ಕಾಮುಕ ರುದ್ರದತ್ತನು
ಸೋದರಿಯ ಕರೆಗೆ ಓಗೊಟ್ಟೊಡನೆ ಬಂದನು
ಚಂಪೆಯಾ ಪುರಕೆ

ರುದ್ರದತ್ತ: ಸೋದರೀ, ಹೇಳು. ಅದೇನು ಕಾರಣ ನನ್ನ ನೆನಪಾಯಿತು?

ದೇವಿಲೆ: ರುದ್ರದತ್ತಾ, ಯಾರು ಏನೇ ಹೇಳಲಿ, ಕಷ್ಟಕ್ಕೆ ಒದಗುವವನು ನೀನೇ ಕಂದಾ...
ಬಾ..ಇತ್ತ.. **(ಕಿವಿಯಲ್ಲಿ ಉಸುರುವಳು.)**

ರುದ್ರದತ್ತ: ಸೋದರೀ, ದೇವೇಂದ್ರನ ಸಿರಿಯಿದ್ದರೇನು?
ಇಂದ್ರಿಯ ಸುಖಕೆ ನಿರಾಸಕ್ತನಾಗಿ
ಯೋಗಿಯಂತಿರುವುದು ಚಾರುದತ್ತನಿಗೆ ತರವೆ?

ದೇವಿಲೆ: ವೈಶ್ಯಶಿಖಾಮಣಿ ನಿನ್ನ ಭಾವನ ಮನೆತನವನ್ನೂ
ಇಭ್ಯಕುಲದ ಮಾನವನ್ನೂ ಉಳಿಸುವ ಹೊಣೆ ನಿನ್ನದು ತಮ್ಮಾ...

ರುದ್ರದತ್ತ: ಹೇಳಕ್ಕಾ ನನ್ನಿಂದೇನಾಗಬೇಕು?

ದೇವಿಲೆ: ರುದ್ರಾ, ಕಳೆ ಚಾರುದತ್ತನ ಕಡು ಜಡತೆಯ
ಬಿಡಿಸಾತನ ಪುಸ್ತಕ ರೋಗವ
ಕಲಿಸು ಅನುರಾಗವ.
ಮಗನೂ ಸೊಸೆಯೂ ದಾಂಪತ್ಯವ ಹೊಂದಿ
ಮಕ್ಕಳ ಪಡೆದರೆ ಸಾಕೆಮಗೆ. ಅದೆ ದೇವರ ಸಿದ್ಧಿ.

ಭಾಗವತ: ಬಿಡುಬಿಡು ಚಿಂತೆಯನಕ್ಕಾ,
ನಾ ಹೊರಡುವೆನೀಗಳೆ ಪಕ್ಕಾ
ಪುಸ್ತಕ ಮೋಹವ ಬಿಡಿಸೀ
ಅನುರಕ್ತಿಯ ತುಂಬುವೆ ತಲೆಯಲಿ

(ಚಾರುದತ್ತ ದೇವಿಲೆ ಕೊಟ್ಟ ಹಣದ ಥೈಲಿಯೊಂದಿಗೆ ಹೊರಡುವನು)

ದೇವಿಲೆ: ಹೋಗಿ ಬಾ ತಮ್ಮಾ, ನಿನ್ನ ಮೇಲಿಟ್ಟ ನಂಬಿಕೆ ಹುಸಿಯಾಗದಿರಲಿ.

ರುದ್ರದತ್ತ: ಅಪ್ಪಣೆ. (ನಿರ್ಗಮನ)

(ರಂಗದ ಇನ್ನೊಂದು ತುದ. ಅತ್ತಿತ್ತ ನೋಡ ಅಳುಕುತ್ತಾ ರುದ್ರದತ್ತನು ಚಾರುದತ್ತನ ಕೊಠಡಿಯನ್ನು ಪ್ರವೇಶಿಸುವನು.)

ರುದ್ರ: ಚಾರೂ....

ಚಾರು: (ಪುಸ್ತಕದಿಂದ ತಲೆಯೆತ್ತಿ) ಹೊ, ಮಾವ!
ಇದೇನು ಮಾವಾ ಅಪರೂಪದ ಆಗಮನ?
ನೇಸರ ಮೂಡಿದನಿಂದಾವ ಕಡೆ?

ರುದ್ರ: ನನ್ನೀ ಅಜ್ಞಾನಕೆ ನೀ ಲೇವಡಿ ಮಾಡು ಬಿಡು
ನಾನೊಳ್ಳೆಯವನಾಗಲು ಬೇಡವೆ ನಿನಗೆ?

ಚಾರು: ಅಂದರೆ?

ರುದ್ರ: ಜಾಗವ ಕೊಡು, ದಿನವೂ ಪಾಠವ ಹೇಳಿಕೊಡು
ತಪ್ಪದೆ ಬರುವೆ ಸೆಟ್ಟಿಗುರುವೆ ಪೊಡಮಡುವೆ

ಚಾರು: ಛೆ ಛೆ ಏನಿದು ಮೂರ್ಖತನ ಮಾವಾ
ಕಾಲಿಗೆ ಬೀಳುವುದೆ?

ರುದ್ರ: ನೀ ಗುರು ನಾ ಸಿಸ್ಯ ಕಣೋ

ಚಾರು: ಅಮ್ಮ ಶಾರದೆಗೆ ಮಣಿ, ಕಲಿಕೆಗೆ ತಾಯಿಯಲಾ
ತತ್ಪರಗೆ ಕಲಿವುದು ಕಷ್ಟವೆ, ಜಾಗವ ಕೊಡುವೆ.

ಗುಂಪು–1: ರೊಟ್ಟಿ ಜಾರಿತು ತುಪ್ಪದ ಬಟ್ಟಲಿಗೆ

ಗುಂಪು–2: ರುದ್ರದತ್ತ ದಿನವೂ ಬಂದನು.

ಗುಂಪು–3: ಏನನೋ ಕಲಿಯುತ್ತ ಏನನೋ ಕಲಿಸಿದನು.
ಬೆಳೆದುದು ಗಳಸ್ಯ ಕಂಠಸ್ಯ ಕೆಲವೇ ದಿನದಲಿ

ಗುಂಪು–4: ಪ್ರೀತಿಯ ಮಹಿಮೆಗೆ ಓದುಗ ಮರೆತನು ಜಪಸರ ಹೊತ್ತಗೆಯ

ಗುಂಪು–5: ಅಲೌಕಿಕದಿಂದಿಳಿದನು ಮಣ್ಣಿನ ವಾಸನೆ ಹಿಡಿದು.

ಗುಂಪು–6: ಸರಸತಿಯ ಮನೆಯಲಿ ಸರಸತೆಯ ಚಕ್ಕಂದ!

(ಇಬ್ಬರೂ ನಗುವರು. ಗುಂಪೂ ದನಿಗೂಡಿಸುವುದು.)

ರುದ್ರ: ಆಗಮ ವಿದ್ಯೆಯೆ ಪರಮೋನ್ನತವೆನ್ನದಿರು
ರಸವಿದ್ಯೆ ಚೋರವಿದ್ಯೆ ಕಾಮವಿದ್ಯೆ?
ಕಣ್ಣು ಕಟ್ಟಿ ಕಾಡಿಗೆ ಬಿಟ್ಟರೆ ಕಾಣುವುದೆ ಬಹುರೂಪಿ ವನಶ್ರೀ ವಿಲಾಸವ?

ಚಾರು: ಮಾವನೆ, ಗುರುವಿಗೆ ತಿರುಮಂತ್ರ ಹೇಳುವೆಯಾ?
ಮೀನಿಗೆ ನೀರಲಿ ಈಜಲು ನೀ ಕಲಿಸುವೆಯಾ?

ರುದ್ರ: ಹಾಗಲ್ಲ, ಕಾಣಲು ಕಣ್ಣು, ಕೇಳಲು ಕಿವಿ, ಮೂಸಲು ನಾಸಿಕ, ಬುದ್ಧಿಯು ಹೃದಯವ ತಿಳಿಯಲು

ಮೂಕಯ್ಯಾ, ನಿನ್ನಲಿವು ಸಾಯುತಿವೆ.
ಬಾ ಈಚೆಗೆ, ನೋಡಾಚೆಗೆ
(ಶೃಂಗಾರ ಸಂಗೀತ)
ತಡೆಯದೆ ತಳುವದೆ ಪದನರಿ ರಸಿಕತೆ
ಕಣ್ಣು ಹೋಗಿ ಬೆನ್ನು ಬಾಗಿ ನಡುಗುತ
ಬೀದಿಗೆ ಬಂದರೆ ಏರೆನ್ನುವರು ಚಿತೆ,
ಚಾರೂ... ಇನ್ನು ತಡಮಾಡದಿರು
ಗ್ರಂಥವ ಬಿಟ್ಟು ಜುಟ್ಟನು ಕಟ್ಟು

(ಗುಂಪು ಆತನನ್ನು ಸಿಂಗರಿಸುವುದು.)
ಕಚ್ಚೆ ಪೀತಾಂಬರವುಟ್ಟು ಹೂ ಮುಡಿ.....,
ಯಕ್ಷ ಕರ್ದಮ ಪೂಸು.....
ಶಲ್ಯವ ಹೊದೆ.....
ಮರಕತ ವಿಭೂಷಣಾವಳಿಯ ತೊಡು.....
ಕರವಸ್ತ್ರವ ಬೀಸುತ ವೈಹಾಳಿಗೆ ಹೊರಟರೆ ನೀ
ಸುರವಲ್ಲಭನೆ ಸೈ!

(ಗುಂಪು ಮೆರವಣಿಗೆಯಾಗುವುದು)

ಗುಂಪು–1: ರುದ್ರದತ್ತನ ಮೋಹಕ ಪುಂಗಿಗೆ ಚಾರುದತ್ತನ
ನಾಗರಮನ ಗರಗರ ತಿರುಗಿತು.

ಗುಂಪು: ಜಯಜಯಾ ಚಾರುದತ್ತ ಜಯಜಯಾ ಶೃಂಗಾರ
ರಾಜ ಜಯಜಯಾ.

ರುದ್ರ: ಅದೋ ಅಲ್ಲಿ, ಅಳಿಯ ಚಾರುದತ್ತಾ,
ನೋಡು, ಚಂಪೆಯ ದೇವಾಲಯ ಸಮುಚ್ಚಯ
ಇತ್ತ ನೋಡು ಶಿವಾಲಯ ವಿಷ್ಣುಮಂದಿರ ಜಿನಾಲಯ
ಓ ಅಲ್ಲಿ ಬೌದ್ಧ ವಿಹಾರ–ಎಲ್ಲಿ ನೋಡಿದರಲ್ಲಿ ಶಂಖ
ಜಾಗಟೆ ನಿಸ್ವನ
(ಮೆರವಣಿಗೆ ಕಣ್ಮರೆಯಾಯಿತು)

ದೃಶ್ಯ-6 ವೇಶ್ಯಾನಗರಿ

ಗುಂಪು–1: ಚಾರುದತ್ತ ಹರ್ಷಚಿತ್ತನಾದ, ತದೇಕ ಚಿತ್ತನಾದ.
ಮರುದಿನವೂ ಮೆರವಣಿಗೆ ಹೊರಟ,
ಮತ್ತೆ ಮತ್ತೆ ಹೊರಟ.

ಗುಂಪು–2: ಚಾರುದತ್ತನಿಗೆ ವಿನೋದ ವಿಹಾರದ ರುಚಿಹತ್ತಿತು.
ವಿವಿಧ ನರ್ತನ ಪ್ರವರ್ತನ ಚತುರೆಯರು
ಮನಸಿಜನ ಮಸೆದಲರ್ಗಣೆ ನೋಟ ಬೀರಿದರು.

(ಮೆರವಣಿಗೆ ಮತ್ತೆಯೂ ಬಂತು)

(ನರ್ತಕಿಯರು ಪರಸ್ಪರ ಮಾತನಾಡಿಕೊಳ್ಳುವರು)

ಒಬ್ಬಾಕೆ: ಎಲ ಎಲಾ ಯಾರೀತ? ಒಮ್ಮೆಯೂ ಇತ್ತ ಸುಳಿದಿರಲಿಲ್ಲ

ಇನ್ನೊಬ್ಬಾಕೆ: ಚಾರುದತ್ತನು ಇವನೆ ಕಣೆ ಕಾಮನ ಕಣೆ ಕಣೆ

ಒಬ್ಬಾಕೆ: ವೈಶ್ಯರ ಮಗ ವೇಶ್ಯೆಯರ ಕೇರಿಗೆ! (ನಗುವರು)

ರುದ್ರ: ಆ ಅಲ್ಲಿ ನವರಂಗ ವೇದಿಕೆಯಲ್ಲಿ ದೇವದಾಸಿಯರ ನರ್ತನವ ನೋಡು.....

ತಕದಿಮಿ ತಕಜಣು ತಕದಿಮಿ ತಕಜಣು
(ತಾನೇ ನರ್ತಿಸುತ್ತಿರಲು–)

ಚಾರೂ, ಅಲ್ಲಿ ನೋಡೆಲೇ, ನವರಂಗ ವೇದಿಕೆಯಲ್ಲಿ ವಸಂತತಿಲಕೆ!

ಅನಾಮಿಕೆಯ ಮಗಳು... ಅಬ್ಬ! ಎಂತಿಹಳು ನೋಡು!

ನೀನವಳ ನರ್ತನವ ನೋಡುತಿರು. ನಾನಿದೋ ಬಂದೆ. **(ದಿಮ್ಮನೆ ಒಳ ಹೊಗುವನು)**

(ಚಾರುದತ್ತ ನರ್ತನ ವೀಕ್ಷಣೆಯಲ್ಲಿ ನಿರತ. ಇನ್ನೊಂದೆಡೆ–)

ಗುಂಪು–1: ಹಾಗೆ ಹೋದ ರುದ್ರದತ್ತ ಅನಾಮಿಕೆಯನ್ನು ಕೂಗಿದ.

ಗುಂಪು–2(ರು): ಅನಾಮಿಕೇ... ಬಾ ಇಲ್ಲಿ, ಇದ್ಯಾವಾಗ್ಲೇ
ನಿನ್ನ ಮಗಳು ವಸಂತತಿಲಕೆಯ ಗೆಜ್ಜೆಪೂಜೆ ನಡೆಸಿದ್ದು?

ಗುಂಪು–3(ಅ): ಅದೆಲ್ಲ ನಿನ್ನಂಥ ಮುದಿಗೊಡ್ಡಿಗೆ ಹೇಳಿಯೇ ತೀರಬೇಕೆ?

ಗುಂಪು–2(ರು): ಅಲ್ಲ ಅನಾಮಿಕೇ, ಇಭ್ಯಕುಲ ಶ್ರೇಷ್ಠಿ ಭಾನುದತ್ತಪುತ್ರ ಚಾರುದತ್ತ ನಿನ್ನ ಮಗಳಿಗೊಲಿದರೆ ಎನಗೇನನೀವೆ?

ಗುಂಪು–3: ಏನು? ಏನು?

ಗುಂಪು–2(ರು): ಎನಗೇನನೀವೆ? ಅದ ಹೇಳು ಮೊದಲು.

ಗುಂಪು–3(ಅ): ಇಭ್ಯಕುಲ ಲಕ್ಷ್ಮಿ ನನ್ನ ಮನೆಯಲ್ಲಿ ಕಾಲು ಮುರಿದು ಕುಳಿತಾಗ
ಏನನೀವೆನೆಂಬ ಮಾತೇಕೆ? ಚಾರುದತ್ತ ನನ್ನ ಅಳಿಯನಾಗುವನೆ? ಹೇಳು..
ಮಗಳೇ ವಸಂತ ತಿಲಕೇ...ಎಲ್ಲಿದ್ದೀಯೆ?

(ರುದ್ರದತ್ತ ಅನಾಮಿಕೆಯೊಂದಿಗೆ ಬರುವನು)

ಅನಾಮಿಕೆ: ಎಲ್ಲಿದ್ದೀಯೆ? ಬಾ ಮಗಳೆ, ವಸಂತ ತಿಲಕೆ, ಯಾರು ಬಂದಿದ್ದಾರೆ ನೋಡು!
ವೈಶ್ಯಕುಲರತ್ನ, ಯುವರಾಜ, ನೋಡಿದೆಯಾ? ಬನ್ನಿ ಅಳಿಯಂದಿರೆ, ಹೀಗೆ ಬನ್ನಿ!

(ನೇಪಥ್ಯದ ವಸಂತತಿಲಕೆಯನ್ನು ನೋಡುವನು.)

ಚಾರುದತ್ತ: ಇವರು...? ನನಗೆ ಅತ್ತೆಯೆ? ಆಕೆ? ಏನು ಮಾವ ಇದೆಲ್ಲ?

ಅನಾಮಿಕೆ: ಹಾಗಲ್ಲ ಅಳಿಯಂದಿರೆ,
ಮನೆಗೆ ಬಂದ ಅತಿಥಿಗಳನ್ನು ಗೌರವಪೂರ್ವಕ ಸಂಬೋಧಿಸುವ ಅದೊಂದು ರೀತಿಯಷ್ಟೆ.

ಚಾರುದತ್ತ: ಬನ್ನಿ ಮಾವ, ಹೊರಡೋಣ.
(ರುದ್ರದತ್ತನು ಆತನ ಕೈ ಹಿಡಿದು ನಿಲ್ಲಿಸುವನು.)

(ಅಷ್ಟರಲ್ಲಿ ನಾರಿಯರು ಚಾರುದತ್ತನ ಕಾಲಿಗೆ ನೀರೆರೆಯುವರು.)

ಚಾರು: ಇದೇನಿದು? ಯಾಕೆ ಇದೆಲ್ಲ?

ಅನಾಮಿಕೆ: ಇದು ಅತಿಥಿಗಳನ್ನು ಗೌರವಿಸುವ ಪರಿ ಅಳಿಯಂದಿರೇ.
ಬನ್ನಿ, ಬಲಗಾಲಿಟ್ಟು ಒಳಗೆ ಬನ್ನಿ.

ರುದ್ರ: ತಪ್ಪೇನಿದೆ ಅದರಲ್ಲಿ? ನಾವೇನಿರುವೆವೆ ಬಹುಕಾಲ ಇಲ್ಲಿ?
ತುಸುಹೊತ್ತು ಕುಳಿತರೆ ನೆಲವೇನು ಕುಳಿಹೋಗುವುದೇ?
(ಎಳೆದುಕೊಂಡು ಒಳಕ್ಕೊಯ್ಯುವನು)

ಅನಾಮಿಕೆ: ವಸಂತ ತಿಲಕೇ, ಎಲ್ಲಿ ಮುಳುಗಿಹೋದೆ?
ಅತಿಥಿಗಳನು ಒಳಕ್ಕೆ ಕರೆದೊಯ್.
(ಗೆಳತಿಯರು ಆತನನ್ನು ಒಳಗೆ ಕರೆದೊಯ್ಯುವರು)
(ರುದ್ರದತ್ತ ವೇಶ್ಯಾಗೃಹದ ಸೌಂದರ್ಯವನ್ನು ಆಸ್ವಾದಿಸುತ್ತ ಅತ್ತಿತ್ತ ಚಲಿಸುವನು.)
(ಲಜ್ಜಾವತಿಯಾದ ವಸಂತತಿಲಕೆ ಪಾನೀಯದೊಂದಿಗೆ ಬಂದು ಚಾರುದತ್ತನಿಗೆ ಕೊಡುವಳು. ಆಕೆಯ ಹಸ್ತಸ್ಪರ್ಷ ರೋಮಾಂಚನವುಂಟುಮಾಡುವುದು).

ಒಬ್ಬಾಕೆ: ಬೇಸರ ಕಳೆಯಲು ದಾರಿಗಳಿವೆ ಈ ಮನೆಯಲ್ಲಿ

ಇನ್ನೊಬ್ಬಾಕೆ: ವೀಣೆಯ ನಾದ

ಮತ್ತೊಬ್ಬಾಕೆ: ಗೀತಾಮೋದ

ಒಬ್ಬಾಕೆ: ರಸಿಕರ ಎದೆಗಳ ಕುಣಿಸಾಡುವ ನೃತ್ಯ.

ಮತ್ತೊಬ್ಬಾಕೆ: ಕಾಮಸೂತ್ರದ ಚಿತ್ರಸಂಪುಟ

(ಚಾರುದತ್ತ ಚಂಚಲಚಿತ್ತನಾಗುವನು.)

ಇನ್ನೊಬ್ಬಾಕೆ:	ಚಾರುದತ್ತನರಿಯದ ವಿದ್ಯೆಗಳಿಲ್ಲಾ ಎಂಬರು
ಒಬ್ಬಾಕೆ:	ಹ್ಹಾ, ನಮ್ಮೊಡತಿ ವಸಂತತಿಲಕೆ ನೆತ್ತವ ಬಲ್ಲಾಕೆ
ಮತ್ತೊಬ್ಬಾಕೆ:	ಜೂಜಲ್ಲ ಭಾವಂದಿರೆ, ಕೇವಲ ಮೋಜಿನೋಜೆ

(ರುದ್ರದತ್ತನತ್ತ ತಿರುಗಿ–)

ಚಾರು:	ಆಡುವುದು, ನೋಡುವುದು ನಮಗೆ ಸಲ್ಲದ ನಡೆ ನುಡಿ. (ನಿಂತಲ್ಲಿಯೆ) ಹೋಗೋಣವೆ?
ಇನ್ನೊಬ್ಬಾಕೆ:	ಭಯ ಭೀತಿಯಿಂದ ಪಗಡೆಯಾಟಕೆ ಪಲಾಯನ!
ಒಬ್ಬಾಕೆ:	(ಗೆಳತಿಗೆ) ಗೆಲಲಾಗದೆ ಉಪಾಯದಲಿ 'ಆಟವೆ ಬೇಡ' ಎಂದೋಡುವುದು ಯಾವ ಗುಣ ಹೇಳೇ
ರುದ್ರ:	(ಹುಸಿ ಸಿಟ್ಟಿನೊಂದಿಗೆ) ವೈಶ್ಯಕುಲೋತ್ತಮ ಚಾರುದತ್ತಾ, ಒಲಿದಾಟವಿದು ಶಕುನಿಗೆ, ದೇಶಕೋಶವ ಮುಕ್ಕಿಸುವ ದ್ಯೂತ, ಪಾಂಡವರು ವನವಾಸಕೆ ಹೋದರು. ಬೇಡವೈ ನಮಗಿವರ ನೆತ್ತದ ಸಹವಾಸ ನಡೆ ಬೇಗ ಮನೆ ಸೇರುವ.
ಚಾರು:	ತಪ್ಪೇನಿದರಲಿ ಪಗಡೆಯನಾಡುವ ವಿಷಯಕೆ (ಎಲ್ಲವೂ ಸ್ತಬ್ಧ)
ಒಬ್ಬಾಕೆ:	ಆಹಾ ಬಿದ್ದನು ಬೀಸಿದ ಬಲೆಗೆ ಒಂದೇ ನಿಮಿಷಕೆ
ಇನ್ನೊಬ್ಬಾಕೆ:	ಸಂಸಾರ ಸಾರೋದಯ ಮನ್ಮಥ ಮಾಯಾಜಾಲಕೆ

(ನೆತ್ತದ ಹಲಗೆ ಬಂತು)

ವಸಂತತಿಲಕೆ: ತಲೆಬಾಗುವೆ ಅಡಿಗೆರಗುವೆ ಅರಿವಿನ ಗುರುವಿಗೆ

(ಅಡಿಗೆರಗಿದವಳ ಮೇಲೆತ್ತಿದ. ಇಬ್ಬರೂ ಎದುರುಬದುರಾಗಿ ಆಟಕ್ಕೆ ಕುಳಿತರು.)

ಅನಾಮಿಕೆ: ಆಡಿರಿ..ಆಡಿರಿ...ಸತ್ಯಭಾಮೆ ಕೃಷ್ಣರ ತೆರದಿ
ಪಗಡೆಯನಾಡಿರಿ

(ಅನಾಮಿಕೆ ರುದ್ರದತ್ತನೊಂದಿಗೆ ಮರೆಯಾಗುವಳು.)

ಒಬ್ಬಾಕೆ: ಕುಳಿತಿಹರಾಹಾ ಚಾರುವಸಂತರು ಎದುರು ಬದುರು

ಇನ್ನೊಬ್ಬಾಕೆ: ವಸಂತೆಯೊಡ್ಡಿದ ಒಂದೆರಡು ಹಲಗೆಯ ಸೋತು
ಅಭಿಮಾನ ಕೆಣಕಿ ಹೆಡೆಯೆತ್ತಲಾಗಸಕೆ
ಮುತ್ತುಗದ ಮರದ ರಂಗೇರೆ ನೆತ್ತದಾಟಕೆ

ಒಬ್ಬಾಕೆ: ವಸಂತೆಯೊಡ್ಡಿದ ಹಲಗೆಯ ಗೆದ್ದನು ಚಾರು!

ಮತ್ತೊಬ್ಬಾಕೆ: ಕಾಯವೆ ಹಾಸಂಗಿ, ಅಂಗಾಂಗವೆ ದಾಳ
ಶೃಂಗಾರ ಪಗಡೆಯಾಟದ ಆರಂಭಕೆ ತಕ್ಕವೊಲು
ಅವಯವಗಳ ಸಡಿಲಿಸಿ ಚಲಿಸಿ ಆಡಿದರು ತಿಣುಕಾಡಿದರು.

ಇನ್ನೊಬ್ಬಾಕೆ: ಕಡೆಗೂ ಸೋತಳು ವಸಂತ ತಿಲಕೆ

ಒಬ್ಬಾಕೆ: ಕೂಡಲೆ ತಾನೊಡ್ಡಿದ ಪಣವನು ಕೊಡುಕೊಡು ಎನ್ನುತ
ಗೆಲುವಿನ ಹುರುಪಿಗೆ ಸದರದಿನಾಕೆಯ ಮುತ್ತಿನ
ಸರಕೆ ತುಡುಕಿತು ಕೈ

ಮತ್ತೊಬ್ಬಾಕೆ: ಅದೊ ಅದೊ ಮುಂಗೈಯನು ತನ್ನಂಗೈಯಲಿ
ಆಂತಳು ಸಿಕ್ಕಿದ ಸೆರೆಗೆನೆ, ಸೆರಗನೋಸರಿಸೆ
ಡವಗುಟ್ಟಲು ಎದೆಬಡಿತ ಜುಮ್ಮನೆ ನರನಾಡಿಗಳು
ಕೇತಕಿಯ ನವಿರು ಸ್ಪರ್ಶಕೆ

ಒಬ್ಬಾಕೆ: ಈ ಹೆಣ್ಣು ಆ ಕಣ್ಣು ಹೊಳೆಹೊಳೆದು ಫಳ ಫಳ
ಅಡಿಮುಡಿ ಸಡಹುಡ ಬೆಣ್ಣೆಯು ಕರಗಿ ತುಪ್ಪವಾಯಿತು

ವಸಂತ ತಿಲಕೆ: ಗೆಲ್ಲವನೀಗಳೆ ಕೊಡುವೆನು ನಲ್ಲನೆ
ಸೋಲಮನೀವೆನು ಬಾರೈ ಓಪನೆ **(ಶೃಂಗಾರ ಸಂಗೀತ)**

(ನಿರ್ಗಮನ)

ದೃಶ್ಯ-7 ಭಾನುದತ್ತನ ಮನೆ

ಗುಂಪು-1: ಕಾಲವೆಷ್ಟು ಕಳೆದುಹೋಯಿತು? ಅನಾಮಿಕೆಯ ಮನೆಯಲಿ ಚಾರುವಸಂತರ, ಸುರತ ಕ್ರೀಡಾಸಕ್ತರ ಸೊಲ್ಲು ನಿಲ್ಲಲಿಲ್ಲ.

ಗುಂಪು-2: ಮೋಹ ಮುಕ್ಕುಳಿಸುವ ಮನೋಹರಿ ಬಾರಾ

ಗುಂಪು-3: ಒಲವನುಕ್ಕಿಸುವ ಮೀನಕೇತನ ಸವಿ ಬಾರಾ

ಅಂಗದಂಗಕೆ ನಿನ್ನ ಸಂಗವೆ ಅನಂಗರಂಗ ಕಣಾ

ಗುಂಪು-2 ನಾಕವ ನೂಕುವೆ ನಿನ್ನೊಲುಮೆಯೆ ಸ್ವರ್ಗ ಕಣಾ

ಗುಂಪು-1: ಭೋಗ ಶಿಖರೋನ್ಮತ್ತ ರತಿಮನ್ಮಥರು ಸ್ವೈರಣೆಗೆಡಿಸಿದರನಾಮಿಕೆಯ

ಎಂದಿನೊತ್ತೆಯ ಹಣದ ಝಣತ್ಕಾರ ಕೇಳದೆ

ಗುಂಪು-4: ಹೌದು. ಅನಾಮಿಕೆಗೆ ವಾರದೇಳು ದಿನವೂ ರೊಕ್ಕ ದಕ್ಕಲಿಲ್ಲ

ಗುಂಪು-1: ಆಕೆ ಸಿಡಿಮಿಡಿಗೊಂಡು ಯೋಚಿಸಿದಳು ತಂತ್ರವ

ಗುಂಪು 4: ನಿಯೋಜಿಸಿದಳು ಚಾರಪರಿಚಾರಿಕೆಯರ ತಂಡವ

ಗುಂಪು-1: ದೇವಿಲೆಯಲ್ಲಿಗೆ ಮೆಲ್ಲನಟ್ಟಿದಳಂದು ಅವರ

(ದೇವಿಲೆ ಕಾಣಿಸಿಕೊಳ್ಳುವಳು)

ಒಬ್ಬಾಕೆ: ವಂದಿಪೆವು ತಾಯಿ ದೇವಿಲೆ ಸೆಟ್ಟತಿಯೆ
ನಿಮ್ಮ ಚಾರುದತ್ತನಿಹ ಮನೆಯೊಳಿಗದವರು ನಾವು

ಇನ್ನೊಬ್ಬಾಕೆ: ಪುತ್ರರತ್ನ ಭೋಗೋಪಭೋಗ ಜೀವನವು
ನಿತ್ಯದ ವೆಚ್ಚಕೆ ಹೊನ್ನ ಕೋರಿ ಕಳುಹಿಸಿಹರು

ಗುಂಪು–1: ದೌರ್ಬಲ್ಯದೋಷ ಪುತ್ರವಾತ್ಸಲ್ಯವೆಂಬುದಹ
ಯಾವ ತಾಯಿಯು ತಾನೆ ತಡೆವಳು ಮಗನ ಮೋಹ

ದೇವಿಲೆ: ಲೇಸುಲೇಸಾದುದ್ದೈ ಮಗ ಬೇಡಿದ ದ್ರಮ್ಮ
ದೀನಾರವನೀಡುವೆ ಈಗಲೆ ಸಂತಸವಮ್ಮ
(ಒಳಕ್ಕೋಡುವಳು)

ಗುಂಪು–3: ಹೊನ್ನ ತಂದಳು ತಾಯಿ ದೇವಿಲೆ
ಸಾರಾಸಾರ ವಿವೇಕವ ತೊರೆದು

ದೇವಿಲೆ: ಸಾಸಿರ ದೀನಾರ ದಿನಂಪ್ರತಿ ವೆಚ್ಚಕೆಂದು
ಈ ಹತ್ತುಸಾಸಿರವು ಹಬ್ಬ ಹರಿದಿನ ವಿಶೇಷಕೆ

(ಪರಿಚಾರಿಕೆಯರು ನಾಣ್ಯದ ಚೀಲಗಳೊಂದಿಗೆ ಹೊರಟು ಹೋಗುವರು)

(ದೇವಿಲೆಯ ನಿರ್ಗಮನ)

ಗುಂಪು–1: ಆರು ವರುಷದಲಿ ಷೋಡಶ ಕನ್ನೆಯ ಬೇಟಕೆ
ವ್ಯಯವಾದುದ್ದೈ ಷೋಡಶ ಕೋಟಿ ಮಗನ ಸುಖಕೆ!

ಗುಂಪು–2: ಅತ್ತ ದೇವಿಲೆಯ ಭವನದ ವೈಭವ ಬಯಲಾಯಿತು
ಇತ್ತ ಅನಾಮಿಕೆಯ ಸೌಧ ಕುಬೇರ ನಿಧಿಯಾಯಿತು.

ಗುಂಪು–3: ಸಹಚರರು ಮಿತ್ರನ ಮೈತ್ರಿಯ ನೆನೆನೆನೆದು
ಪರಿತಪಿಸಿದರು

ಹರಿಸಖ: ಚಾರುದತ್ತನು ನೆಚ್ಚಿನ ನೇಹಿಗನೆಂದೊಡೇನ್,
ಮನೆ, ಹೆಂಡತಿಯ, ತಾಯಿತಂದೆಯನು
ಹೇಳದೆ ಕೇಳದೆ ತೊರೆದುದು ತರವೇನು?

ಮರುಭೂತಿ: ಶಾಸ್ತ್ರವ ಓದಿ ಕುಬೇರನಾದೊಡೇನು
ಅಪಮಾರ್ಗವ ಹಿಡಿದುದು ಅಪರಾಧವೆ ಸರಿ

ವರಾಹಕ: ಇರಲಿಬಿಡು. ಸೂಳೆತೆಕ್ಕೆಯಲಿ ರಸಿಕ!
ವೈಶ್ಯಹುಡುಗನು ವೇಶ್ಯೆ ಹುಡುಗಿಯ ಬಳಿ
ತೀಟೆ ತೀರಿದ ಮೇಲೆ, ತಾನೆ ಮರಳಿ ಬರುವನು
ಹೊರಗೆ ಚಡಪಡಿಸುವುದೇಕೆ?

ಗೋಮುಖ: ಓಹೋ ನಿನಗೂ ಬೀಸಿತೆ ಕಾಮನ ಗಾಳಿ?

ವರಾಹಕ: ಹೇಯ್! ಮಂತ್ರಿಯ ಮಗನ್ಯೆ, ನಾಡಾಡಿಯು ನಾನಲ್ಲ

ಗೋಮುಖ: ಊರಿಗೆ ತಿಳಿದಿದೆ ನಿಮ್ಮಪ್ಪನ ಚಾಳಿ ಅಲ್ಲಿಯೆ
ಬರುವರದೆ ರಾತ್ರಿಯ ಪಾಳಿ

ವರಾಹಕ: ನನ್ನಪ್ಪನ ತಂಟೆಗೆ ಬಂದರಿದೊ
ಮುರಿಯುವೆ ಸೊಂಟ

ಫಣಿಪತಿ: ಬಿಡಿ ಬಿಡಿ ನಿಂದೆಯ
ತರಲೆ ತಗಾದೆಯನು
ಸನ್ಮಿತ್ರನ ಕರೆತರಲೊಂದೇ
ಹದನು ವಸಂತ ತಿಲಕೆಯ
ಮಂದಿರ ಮುತ್ತುವುದು.

ಎಲ್ಲರು: ಅಹುದಹುದು ಅಹುದಹುದು

ದೃಶ್ಯ-8

ಅನಾಮಿಕೆಯ ಮನೆ

(ಚಾರುದತ್ತನ ಪ್ರವೇಶ)

ಹಾಡು: *ನಲ್ಲೆ ಬಾ ರಸವೊಸರುವ ಪಟಾವಳಿ ಜಲ್ಲೆ ಬಾ*
ಇಲ್ಲೆ ಬಾ ಪರಿಮಳಿಸುವ ವಸಂತ ಮೊಲ್ಲೆ ಬಾ
ರಾಸಲೀಲೆಗೆ ಕಾಮದಹನಕೆ ಸಜ್ಜಾಗಿ ಬಾ

(ವಸಂತ ತಿಲಕೆಯ ಪ್ರವೇಶ)

ಹಾಡು –1: *ನಳಿದೋಳು ತೆಳುಬೆರಳು ತುಂಟ ತುಟಿ ನೀಳ್ಗೊರಳು*
ಎಳಗಾಳಿಗೂ ತೂಗಿ ತೊನೆಯುವ ಈ ಸುಳಿಗುರುಳು
ಸಂಪಗೆಯ ನವಿರು ನಾಚುವ ನಯದ ಮೈಯವಳು
ದಂತದಲಿ ತಿದ್ದಿ ಬಿಡಿಸಿದ ಧವಳ ದೇಹ ಮಾಟದವಳು
ಮುಂಭಾರ ಹಿಂಭಾರದಲಿ ಸಮತೂಕ ತಪ್ಪದವಳು
ಮುಟ್ಟಿದರೆ ಬೆಣ್ಣೆ ಕಚ್ಚಿದರೆ ರಸಪುರಿ ಹಣ್ಣಿವಳು.

ಹಾಡು–1: ಬಾರಾ.. ಮೋಹ ಮುಕ್ಕುಳಿಸುವ ಮನೋಹರಿಯೆ ಬಾರ

ಹಾಡು–2: ಒಲವನುಕ್ಕಿಸುವ ಮೀನಕೇತನ ಸವಿ ಬಾರ
ಅಂಗದಂಗಕೆ ನಿನ್ನ ಸಂಗವೆ ಅನಂಗರಂಗ ಕಣ ಬಾರ

ಹಾಡು–1:	ನಾಕವ ನೂಕುವೆ ನಿನ್ನೊಲುಮೆಯೆ ಸ್ವರ್ಗಕಣಾ ಬಾರ
ಹಾಡು–1,2:	ಬಾರ .. ಬಾರ.. ಬಾರ..
	(ನಿರ್ಗಮನ)
ಗುಂಪು–1:	ಸನ್ಮಿತ್ರರು ತಲುಪಿದರು ವಸಂತತಿಲಕೆಯ ಮನೆ
ಗುಂಪು–2:	ಗೆಳೆಯರ ಬಳಗದ ಉದ್ದೇಶವನರಿತಳು ಅನಾಮಿಕೆ
ಅನಾಮಿಕೆ:	ಬರಲೊಲ್ಲನು ಚಾರುದತ್ತ ನೀವು ತೆರಳಿರಿ.
ಗುಂಪು–1:	ಯಾಕೆ ಬರಲೊಲ್ಲ, ನಾವು ಕರೆದೊಡೆ
ಅನಾಮಿಕೆ:	ಅವ ಬರುವರೆ, ನಾನೇ ಕಳುಹುವೆ
ಗುಂಪು–2:	ಮಾತನು ಬೆಳೆಸದೆ ಮಿತ್ರತಂಡವ ನಿವಾರಿಸೆ ಮರಳಿದರು ಬಂದ ದಾರಿಗೆ ಸುಂಕವಿಲ್ಲವೆನಿಸೆ.
ಗುಂಪು–3:	ಗೆಳೆಯರು ಬಂದುಹೋದುದ ಅರಿಯನು ಚಾರು
ಗುಂಪು–2:	ಸಿರಿದೋಟದಲಿ ನಲಿಯುತಿದ್ದುದು ಜಕ್ಕವಕ್ಕಿ

ದೃಶ್ಯ-೨ ಭಾನುದತ್ತನ ಮನೆ

ಭಾನುದತ್ತ: **(ಸ್ವಗತ)** ಯಾವ ತಂದೆಗು ಬೇಡ ಇಂಥ ಮೌನವೇದನೆ
ಹೇಗೆ ತಲೆಯೆತ್ತಿ ನಡೆಯಲಿ ಪೇಟೆ ಬೀದಿಯಲಿ
'ಏನು ಸ್ವಾಮೀ ನಿಮ್ಮ ಮಗ ಬಂದನೆ?' ಎಂದೋ
'ಚಾರುದತ್ತ ಸೂಳೆಯ ಮನೆ ಬಿಟ್ಟು ಬರುವುದಿಲ್ಲವಂತೆ'
ಎಂದೋ
ಹೇಳಿ ನಕ್ಕಾಗ, ಹೇಗೆ ಸಹಿಸಲಿ ನಾನು?
ಚಿನ್ನಬೆಳ್ಳಿರತ್ನದ ಕರಂಡವೆಲ್ಲ ಬಣಗುಡುತಿದೆ.
ಮಂಗಮಾಯ ಅಪರೂಪದಾಭರಣಗಳೆಲ್ಲ
ಇರುವ ಭವ್ಯ ಕರುಮಾಡವನು ಮಾರಿ ಕಷ್ಟಕೆ
ಪಾರಾಗುವರು ಮಡದಿ, ಜಾಣೆ ಅಪರೂಪದಾಕೆ
ಗೆಲ್ಲುವಳು ಮಗನ ದೆಸೆಯಿಂದ ಬಂದ ಕುತ್ತವ
ಭಾವುಕಳಿದ್ದರೂ ವಿವೇಕಿ ತಲುಪುವಳು ದಡವ.
ಇನ್ನು ಇತ್ತಿಂದಿತ್ತಲು ನನ್ನ ಸಂತತಿಗೆಲ್ಲದಕು
ಚಾರುದತ್ತನೆ ಒಡೆಯನು ರಾಜಶ್ರೇಷ್ಠಿ ಪದಕು
(ಮಡದಿ ಸೊಸೆ ಸೇವಕರೆಲ್ಲ ಆತನ ಹಿಂದೆ ನೆರೆಯುತ್ತಿರಲು–)

ಹಾಡು: *ಸಮಸ್ತವನು ತೊರೆದ ಭಾನುದತ್ತನು ತೃಣವಾಗಿ*
ತಳೆದು ದೀಕ್ಷೆಯ ತೆರಳಿದನು ತಪಸ್ವಿಯಾಗಿ
ತಲೆ ಬರಿದು ಉಟ್ಟುದನು ಬಿಟ್ಟು
ಬತ್ತಲೆಗರ ದಾರಿ ಹಿಡಿದನು
ವೈಶ್ಯನು ತಪಸಿಯಾಗಿ....

(ಅದೃಶ್ಯನಾಗುತ್ತಿರಲು ಗುಂಪು ಅವನ ಹಿಂದೆ ನಡೆದು ಮರೆಯಾಗಿವುದು. ಮಿತ್ರಾವತಿ ಹಾಗೂ ದೇವಿಲೆ ಹಿಂದುಳಿಯುವರು. ಇತ್ತ–)

ದೇವಿಲೆ: ಯಾವ ತಾಯಿಗು ಬೇಡ ಇಂಥ ಸಂಕಟ
ಮಗನ ತಪ್ಪಲ್ಲ ನಾನೇ ತೋಡಿದ ಗುಣಿಗೆ
ತಡಮಾಡದೆ ನಾನೆ ಬೀಳುವೆನದರೊಳಗೆ
ಕಡೆಗು ಬುದ್ಧಿ ಬರಲಿಲ್ಲ ರುದ್ರದತ್ತನಿಗೆ
ಸರಿಯಲ್ಲವೀ ಕೆಲಸ ಅವಗೆ ವಹಿಸಿದ್ದು

ಮಾಟದ ಮುದ್ದು ಸೊಸೆಗೆಂಥ ವ್ಯಥೆ ಬಂತು
ತೊಯ್ದು ಹೋಯ್ತು ಕುಲದ ಧವಳ ಕೀರ್ತಿ
ಪಾಪ ಸೊಸೆಯದೇನು ತಪ್ಪು? ತನ್ನಳಲು ನುಂಗಿ
ಒಳಗೊಳಗೆ ಅತ್ತವಳು
ಮನೆಗೆ ಬಂದಾಗ ಈ ರಂಭೆ
ಮಿತ್ರಾವತಿಯೆಂಥ ಪಟ್ಟದ ಬೊಂಬೆ
ಸದ್ದು ಮೂಡಿಸದೆ ಎಲ್ಲರ ಮನಗೆದ್ದ ಸೊಸೆ
ಈಗ ಬಿರುಬಿಸಿಲಿಗೆಸೆದ ತಾವರೆಯೆ ಸರಿ
ಚಿನ್ನದ ಸೊಸೆಗೆಂಥ ದುರ್ಗತಿ ತಂದೆ ಹಾ...
(ನಿಶ್ಚಲ)

(ಇನ್ನೊಂದೆಡೆ ಬೆಳಕು)

ಮಿತ್ರಾವತಿ: ಯಾವ ಹೆಂಡತಿಗು ಬೇಡ ಇಂಥ ಪಾಡು
ಮೂಕಳಾಗಿ ಬದುಕು ನೂಕುವುದು ಸಾಕಾಗಿದೆ.
ನನ್ನೊಲವಿನರಸ ತೊರೆದು ಹೋದುದು ಸಮನೆ?
ಇಂದು ಬಂದಾನು ನಾಳೆ ಬಂದಾನು ಇನ್ನೇನು ಬರುವನು
ಎಂದೆಲ್ಲ ತಲ್ಲಣವ ತಡೆಹಿಡಿದು
ಹಿಡಿಯಲ್ಲಿ ಜೀವ ತುಂಬಿಕೊಂಡು ಕಾದೆ.

ಹಣ್ಣಾದುದತ್ತೆಯ ಚಿತ್ತ ಕೊರಗಿ ಕರಗಿ
ಅವರದಾದರು ತಾನೆ ಏನಂಥ ತಪ್ಪು
ಸೊಸೆಯ ಬಾಳಿಗೆ ಮಗನು ಸಸಿನಗೊಳಲೆಂದು
ಹಸನವಾದೀತೆಂದು ಬೆಸಸಿದಳು ಅಂದು
ತಾನು ಬಗೆದುದು ಒಂದು ಆದುದೇ ಮತ್ತೊಂದು
ಕಣ್ಣಿಲ್ಲದ ವಿಧಿ ವೃಥಾ ನನ್ನ ಕೊಲಲೆಂದು ಹೊಂಚಿ
ಬಂದನು ರುದ್ರದತ್ತನಾಗಿ
ಪುರಾಕೃತ ಕರ್ಮವದು ಸವೆದಿಲ್ಲವಾಗಿ

ಇಂದೀಗ ನನ್ನತ್ತೆಯ ಪಾಡನು ನೋಡಲಾರೆ ಗಳಿಗೆ
ಮಾವನು, ಸೂಚನೆ ಕೊಡದೆಯೆ ದೀಕ್ಷೆಗೆ ಹೊರಟರು
ಮಗನಾದರೂ ಮರಳಿದರೆ ಸಾಕೆಂದು,
ಅಮಾಯಕ ಸೊಸೆ ಬಾಳು ಅರಳಲೆಂದು
ನಿತ್ಯ ದೇವಾಲಯದಲಿ ಪೂಜೆಗೈಯುವಳು ಅತ್ತೆ
ಪ್ರತಿ ಸಲವು ಕೇಳುವಳು ಸುವರ್ಣವೊಯ್ಯಲು ಬಂದ ಚಾರರ
'ಚಾರು ಸೌಖ್ಯವೆ' ಎಂದು?
ಉತ್ತರ ಕೊಡುವರು ತಪ್ಪದೆ 'ದೇವೇಂದ್ರರಂತೆ'
ಸಾಕಲ್ಲವೆ ನನಗೂ ನನ್ನತ್ತೆಗೂ?
(ನಿಶ್ಚಲ)

ಗುಂಪು–1: ವ್ಯಾಪಾರ ಸಾಪಾರಗಳೀಗ ನಿಂತುಹೋಗಿ
ಆದಾಯದ ಆಸ್ರವವೆಲ್ಲ ನಿರ್ಜರೆಯಾಗಿ

ಒಂದು ದಿನ ಅತ್ತೆ ಸೊಸೆ ಮುಂದೇನೆಂದು ನೊಂದಿರಲು
ಸೋತು ಸೊರಗಿ ಮೂಲೆಗೊರಗಿ ಕುಳಿತಿರುವಾಗಲು

ಗುಂಪು–2: ಮತ್ತೆ ಬಂದರು ನಕ್ಷತ್ರಿಕರು ಒತ್ತೆ ಬೇಕೆನಲು

ಗುಂಪು–3: ಯಮದೂತರ ಕರೆ ಬಂದಂತಾಗಿ ಮೇಲೆದ್ದಳು
ಒಂದು ಕವಡೆಯು ಕಾಣದೆ ಅಂದಿನೊತ್ತೆಗೆ ಕೊಡಲು
ಸತ್ತೆನೆನುತ ಗದ್ಗದಿಸುತ ಕಣ್ಣೀರ್ಗರೆಯಲು
ಕೈಚೆಲ್ಲಿದತ್ತೆಯ ಬಳಿ ಬಂದಳು ಸಾಂತ್ವನವನಾಡಿ
ಮಿತ್ರಾವತಿ

ಗುಂಪು–4: ಆಣ್ಮನ ಸುಖಕಿರದ ಈ ಒಡವೆಯೇಕೆ
ತನ್ನೀ ತುಡುಗೆಯನೊಪ್ಪಿಸಿರಿ ತಡವೇಕೆಯೆಂದು ಸೊಸೆ
ತಾಳಿಯ ಬಿಟ್ಟು ಆಭರಣ ತೆಗೆದುಕೊಟ್ಟಳಂದು
ಅಮ್ಮ ಅನಾಮಿಕೆ, ತಂದಿಹೆವು ಕಪ್ಪವ, ಒಪ್ಪಿಸಿಕೊಳ್ಳಿ.

ಗುಂಪು–5: ಅದನೋಡಿದ ಅನಾಮಿಕೆ, ಸಜ್ಜನ ಹೆಂಡತಿಯ
ದೇಹದೊಡವೆಯನಾಗಲಿ
ದೇವರೊಡವೆಯನಾಗಲಿ ವೀರರ ಆಯುಧವನಾಗಲಿ
ಒತ್ತೆಯಿಡಲು ಪಡೆಯಲು ವೇಶ್ಯಾಶಾಸ್ತ್ರದಲ್ಲಿಲ್ಲ ಎಂದು
ಅನಾಮಿಕೆ ಅದ ಹಿಂದಿರುಗಿಸಿದರು

ಗುಂಪು–5: ಸೂಳೆಗೂ ಶಾಸ್ತ್ರವೆ ಎಂದು
ಸೋಜಿಗಗೊಂಡರಾ ಅತ್ತೆ ಸೊಸೆಯಂದಿರು
ಅನ್ಯ ದಾರಿಯಿರದೆ–

ಗುಂಪು–4: ತುಂಬಿ ತುಳುಕಿದ ಬಹುಮಹಡಿ ಮನೆಯ ಮಾರಿ
ಸಾಲವೆಲ್ಲವನಿತ್ತು ಋಣಮುಕ್ತರಾಗಿ
ಎಲೆ ಹುಲ್ಲುಗರಿ ಹೊದಿಸಿ ಪುಟ್ಟ ಮನೆ ಕಟ್ಟಿ
ಮಾನವಂದಿಗರಾಗಿ ಕಾಲ ಸವೆಸಿದರು.

ದೇವಿಳೆ/ಮಿತ್ರಾವತಿ: ಯಾರದೂ ತಪ್ಪಿಲ್ಲ ನಾನೆ ಹೊಣೆ ಪಾಪಿ
ಗ್ರಹಾಚಾರ ಪೂರ್ವಾರ್ಜಿತ ಕರ್ಮವಿರಬೇಕು
ಮತ್ತೆ ಮರಳೀತು ವಸಂತ ಚಿಗುರೀತು
ವೈಶ್ಯವೃಕ್ಷವಿದರಳಿ ತಂಪು ನೆರಳು ನೀಡೀತು.

ದೃಶ್ಯ-10 ಅನಾಮಿಕೆಯ ಮನೆ

(ಅನಾಮಿಕೆ ಶತಪದಿಸುವಳು)

ಅನಾಮಿಕೆ: ಮಗಳೆ ವಸಂತ ತಿಲಕೆ

ವಸಂತ ತಿಲಕೆ: ಬಂದೇಮ್ಮಾ;

ಬಂದೆಯಾ....ಸಾಕು ಮಗಳೆ, ನೂಕು ಈಗಳೆ, ಕದ ತೆಗೆ

ಚಾರುದತ್ತನನು ಈಗಳೆ ಕಳಿಸು ಮನೆಗೆ

ವಸಂತತಿಲಕೆ: ಚಾರುದತ್ತನೆನ್ನ ಪ್ರಾಣವಲ್ಲಭ ಬದುಕಿಗೆ.

ಮಿಂಡನಲ್ಲನವ ಗಂಡನೈ ನನಗೆ. ಆ ಗಂಡನನಪ್ಪಿದ ಸಂತೋಷ ಮಿಗೆ

ಪೋಗಂಡರ ನೋಡೆನ್ನೈ ಕಣ್ಣೆತ್ತಿ ಈಗ

ಅನಾಮಿಕೆ/ಹಾಡು: ಚಾರುದತ್ತನೊ ದೇವದತ್ತನೊ

ಚಂದ್ರಹಾಸನೊ ಮಂದಹಾಸನೊ ಧನಲಕುಮಿಯೆ ನಮಗೆ ಕುಲದೇವರು

ಝಣಝಣದ ಚೀಲವನು ತರುವವರು.

ಇಬ್ಬರಾ ಋಣ ಮುಗಿಯಿತಿಲ್ಲಿಗೆ ಚಾರುದತ್ತನು ತೊಲಗಲಾಚೆಗೆ

ವಸಂತತಿಲಕೆ/ಹಾಡು: ಅಮ್ಮ ಬೇಡವೆ ನೂಕಬೇಡವೆ
ಚಾರುದತ್ತನು ಚಂದ್ರಹಾಸನು
ನನ್ನೆದೆಯ ನವರತ್ನಪದಕವು
ಅವನೆ ನನಗೆ ಸಾರಸರ್ವವು

ಗುಂಪು–4: ಸರಸರನೆ ಮಹಡಿಯ ಮಟ್ಟಲೇರಿದಳು ವಸಂತತಿಲಕೆ.

ಗುಂಪು–5: ನುರಿತು ಪಳಗಿದ ಹಳೆಯ ಹುಲಿ ಅನಾಮಿಕೆ
ಉಪಾಯದಲಿ ತಂತ್ರವ ಸಂಯೋಜಿಸಿ
ತೆಂಗಿನೆಳಗಾಯಿಯೊಳಗೆ ಮದ್ದನು ಬೆರೆಸಿ
ಸೊಕ್ಕಿಸುವ ನಿದ್ದೆ ಬರಿಸುವುದ, ಕಳುಹಿಸಿದಳು

ಹಾಡು: ಮುಗ್ಧರು ಮುದ್ದುಗೈಯುತ ಕುಡಿದರು
ಮೈಯರಿಯದೆ ಸೊಕ್ಕೇರುತ ಮಲಗಿದರು
ನಾಲ್ಕು ಜನ ದಡಿಗ ದಾಂಡಿಗರು
ಮರಸೊಂದಿದ ಚಾರುದತ್ತನ ಹಿಡಿದರು
(ನಾಲ್ವರು ಸೇರಿ ಚಾರುದತ್ತನನ್ನು ಒಯ್ಯುವರು)

ಗುಂಪು–4: ಭಾನುದತ್ತ ಸೆಟ್ಟಿಯ ಮನೆಯ ಮುಂದಣ
ಬೀದಿಯ ಕವಲೊಡೆದ ಚೌವಟ್ಟದಲಿ
ಕಸಕುಪ್ಪೆಯ ತಿಪ್ಪೆಯ ಮೇಲೆಸೆದರೋ ಚಾರುದತ್ತನ

ಹಾಡು: ಬೆಳಗಿನ ಜಾವದ ತಂಗಾಳಿ ತೀಡುತ
ಸೊಕ್ಕಿಳಿದು ದಿಕ್ಕುದಿಕ್ಕಿಗು ನೋಡುತ
ಮುಳ್ಳು ತುಳಿದವನ ತೆರ ಎದೆ ಕುಸಿಯುತ
ತೆವಳಿದನೆಂತೋ ತಾ ತನ್ನ ಮನೆಗೆ...

(ತನ್ನ ಮನೆಯ ಬಾಗಿಲಲಿ ನಿಂತ ಚಾರುದತ್ತ)

ಅಶರೀರ ವಾಣಿ: ಅಲ್ಲಿಯೆ ನಿಲ್ಲು, ಮುಂದಡಿಯಿಟ್ಟರೆ ಜೋಕೆ
ಯಾರಪ್ಪನ ಮನೆಯೆಂದೆಣಿಸಿದೆ ಮಗನೆ?

ಚಾರು: ನನ್ನಮ್ಮನ ಮನೆಯೆಂದೇ ಬಂದಿಹೆ.

ಅ.ವಾಣಿ: ಸೇವಕರೆ, ಎಳೆದೊಯ್ದು ಬಿಡಿಸಿ ಗ್ರಹಚಾರ
(ಬೆಚ್ಚಿ ಹಿಂದಿರುಗುವನು)

ಅ.ವಾಣಿ: ಇಂದಿದು ನನ್ನ ಮನೆಯೈ.
ಮತ್ತೆ ಬಂದೀಯೆ ಜೋಕೆ, ಮುರಿದೀತು ಕಾಲು.

ಚಾರು: ಯಾವ ಮಗನಿಗು ಬೇಡವಿಂಥ ಪಾಡು
ನನ್ನ ಗೋರಿಯನು ನಾನೇ ತೋಡಿ
ತಲೆಯ ಮೇಲೊಂದು ಚಪ್ಪಡಿಯನೆಳೆದು ಬೋರಲಾದೆ.
ತಾ ಕೆಡುವುದಲ್ಲದೆ ಕೋತಿ ತೋಟವನು ಕೆಡಿಸಿದಂತೆಯೆ
ಹತಭಾಗ್ಯನಾದೆ. **(ಹೊರಡುವನು)**

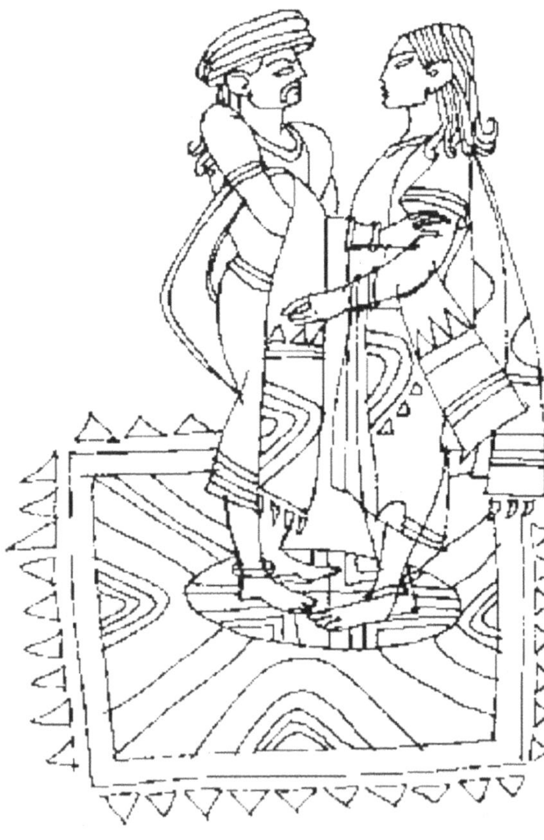

ಗುಂಪು-1:	**(ಓಡೋಡಿ ಬಂದು)** ಚಿಕ್ಕದಣಿಯೆ, ಚಿನ್ನದ ಗಣಿಯೆ
	ಸಾಲವ ತೀರಿಸಲುಪ್ಪರಿಗೆಯ ಮನೆ ಮಾರಿದರು
	ದೇವಿಲೆ ತಾಯಿಯೂ ಚಿಕ್ಕಮ್ಮನೂ ಅಲ್ಲಿಹರು, ಬನ್ನಿರಲ್ಲಿಗೆ
ಗುಂಪು-2:	ಚಿಕ್ಕೊಡೆಯರು....ಚಿಕ್ಕೊಡೆಯರು ಬಂದರು
	(ಮಿತ್ರಾವತಿ ಪ್ರವೇಶಿಸುವಳು)
ಚಾರು:	ವೆಚ್ಚಕೆ ಹೊನ್ನಿತ್ತು, ಬೆಚ್ಚನೆ ಮನೆಯಿತ್ತು
	ಇಚ್ಛೆಯರಿವ ಮಡದಿಯಿದ್ದು,
	ಮೋಸ ಮಾಡಿದೆ ತಪ್ಪಿರದ ಹಡೆದ ತಾಯಿಗೆ, ಕೈಹಿಡಿದ ಮಡದಿಗೆ
	ಹೇಗೆ ತೋರಿಸಲಿ ಈ ಮ್ಲಾನ ಮುಖವ?
ಗುಂಪು-1:	ಚಾರುವಾಕಿಗೆ ಓತು ಸೋತಳು ಮಿತ್ರೆ
	ಹಬ್ಬಿದಳು ಪತಿಗೆ ಮೃದು ಬಳ್ಳಿಯಾಗಿ
ಮಿತ್ರಾವತಿ:	ಘನಘೋರ ವೇದನೆಯ ತಾಳಿಕೊಂಡೆ
	ಮರಳಿ ನಿಮ್ಮನು ನಾನು ಪಡೆದುಕೊಂಡೆ
	(ಆಲಂಗಿಸುವಳು)
ಚಾರು:	ತಪ್ಪಿದೆನು ಮಿತ್ರೆ, ಕುರುಡಾದೆ ಕಣ್ಣಿದ್ದು ಮಿತ್ರಾವಸಂತರ ಹೊರತು
	ಮಿಕ್ಕನಾರಿಯರೆನಗೆ ಅಕ್ಕತಂಗಿಯರು ನಂಬು ನೀ ಮಿತ್ರೆ
ಗುಂಪು-1:	ಕೃತಪ್ರತಿಜ್ಞಾರೂಢನಾಗಿ ತೊಟ್ಟ ಬಟ್ಟೆಯ ಸೀಳಿದನು ಭೀಷ್ಮಪ್ರತಿಜ್ಞೆಗೆ ಚಾರು
ಗುಂಪು-2:	ಕಡೆಗು ಬಂದನು ಚಾರು ಮಿತ್ರೆಯ ಮಡಿಲಿಗೆ,
	ತಾಯ ಒಡಲಿಗೆ, ಹೊಚ್ಚಹೊಸ ಬಾಳಿಗೆ,
ಗುಂಪು-3:	ಮನೆಯೊಳಗೆ ಮೌನ, ಪೆಚ್ಚು ಮೋರೆಗಳು
	ಪ್ರೇತಕಳೆ ತುಂಬಿದ ವಿಷಣ್ಣ ಮುಖಗಳು
	ಬಡತನಕೆ ಗುಣವೂ ದೋಷವಾಗುವುದಲ್ಲ.

(ತಾಯಿ ದೇವಿಲೆ, ಮಾವ ಸಿದ್ಧಾರ್ಥರ ಪ್ರವೇಶ)

ಚಾರು: ಅಮ್ಮಾ, ಹುಟ್ಟಬಾರದಿಂಥ ಮಗನಾವ ತಾಯಿಗು.
ಮನ್ನಿಸೀ ನಿಕೃಷ್ಟ ಭ್ರಷ್ಟನನೊಮ್ಮೆ
ನಷ್ಟಗೊಳಿಸಿದ ಧನಕು ಇಮ್ಮಡಿ ಲಾಭ ಗಳಿಸಿ ತರುವೆನು ನ್ಯಾಯಮಾರ್ಗದಲಿ

ಸಿದ್ಧಾರ್ಥ: ತಿಳಿಯಾಯಿತು ಸಂಸಾರದಲೆದ್ದ ಬಿರುಗಾಳಿ ಅಳಿಯಂದಿರೇ, ಕೊಚ್ಚಿಹೋಯಿತು ಶಾಪವೀಗ ವೈಶ್ಯ ಕುಲವೀಗ ನಿರುಮ್ಮಳವು ಅಳಿಯಂದಿರೇ.
ಸಾಹಸಯಾತ್ರೆಗೆ ಮತ್ತೆ ಗಂಡಾಂತರಕೆ ಹೋಗಲೇಕೆ?
ನನ್ನಲಿಹ ಹಲವಾರು ಕೋಟಿ ಹೊನ್ನದು ನಿಮ್ಮದೈ

ಚಾರು: ಧನ್ಯರಾದೆವು ಇಂಥ ಔದಾರ್ಯದ ಮಾವನ ಪಡೆದು
ಶತವಂದನೆಯು ತಮಗೆ. ಮನ್ನಿಸಿ, ಬಂಧುಗಳ ಮುಂದೆ ಕೈಯಾನಲಾರೆ
ಬಡತನವಡಸಿರುವಾಗ ಕೇಳಬಾರದು ಸಾಲ
ಬಡ್ಡಿಯ ಮಗನಾಗುವ ಬದಲು ದುಡಿಯುವುದೆ ಲೇಸು.
ಸಹಾಯವ ಕೋರುವವನೆಂಥ ಕಲಿಯಾತ ಪರಾವಲಂಬಿಯವ!

ಸಿದ್ಧಾರ್ಥ: ಸ್ವಾಭಿಮಾನಿಯ್ಯೆ, ತಂದೆಯಂತೆ ಮಗ. ಒಳಿತಾಗಲಿ ನಿನಗೆ.

ದೇವಿಲೆ: ಏಳು ಕಂದಾ ಬೇಗ ಮಿಂದು ಮಡಿಯಾಗು
ಬಿಸಿಯಡುಗೆ ನೀನುಂಡುದ ಕಂಡು ನಲಿವ ಬಯಕೆ. ಮಿತ್ರೆ....

(ಮಿತ್ರಾವತಿ ಚಾರುದತ್ತನೊಂದಿಗೆ ನಾಚುತ್ತ ನಿರ್ಗಮನ)

ದೃಶ್ಯ-11 ಅನಾಮಿಕೆಯ ಮನೆ

(ವಸಂತತಿಲಕೆ ಮೆಲ್ಲನೇಳುವಳು)

(ಚಾರು ಇಲ್ಲದಿರುವುದ ಕಂಡು ಗಾಬರಿಗೊಳ್ಳುವಳು.)

ವಸಂತ ತಿಲಕೆ: ಎಲ್ಲಿ ಎಲ್ಲಿ ನನ್ನ ಪ್ರಾಣವಲ್ಲಭ! ಕಾಣಲೊಲ್ಲ.
(ಸಖಿಯರಿಗೆ) ಸಖಿಯರೇ... ಎಲ್ಲಿ ನನ್ನ
ಚಾರುದತ್ತ? ಎಲ್ಲಿದ್ದಾನೆ ಹೇಳಿ.
ಮೌನವೇಕೆ ವಹಿಸುವಿರಿ? ಹೇಳಿ ದಮ್ಮಯ್ಯ.
ನನ್ನಿನಿಯನೆಲ್ಲಿಹನು?
ಎಲ್ಲಿ ಪೋದನು ಪೇಳಿರೇ?
(ಅಳುವಳು. ಕ್ಷಣ ಮೌನ.)

ಸಖಿ–1: ನನ್ನಿಯ ನುಡಿವೆವು ತೊದಳಿಲ್ಲದೆ, ಹಲುಬದಿರು.
ನಿನ್ನ ತಾಯ್ ಅಪರಾಧವನೆಸಗಿಹರು. ಚಾರುದತ್ತನ
ತಾಯಿ ಗತವಿತ್ತಳಾಗಿರಲು
ನೆತ್ತವನೀಯಲು ಧನಕನಕವಿಲ್ಲದೆ, ತನ್ನ ಸ್ವಂತ
ಮನೆಯನೇ ಮಾರಿ
ಶುಲ್ಕವನಟ್ಟಿದಳೆಂಬುದ ತಿಳಿದು ಕೂಡಲೆ
'ಧನಹೀನನಾದಳಿಯನು ಕಾಲ ಕಸಕು ಕಡೆ'ಯೆಂದು
ತಿಪ್ಪೆಗೆ ಬಿಸುಡಲಾಜ್ಞಾಪಿಸಿದಳು.

ವಸಂತ: **(ರೋದಿಸುವಳು) (ಅನಾಮಿಕೆ ಓಡಿಬರುವಳು)**

ಅನಾಮಿಕೆ: ಹಾ ನನ್ನ ಮುದ್ದು ಮಗಳೆ ವಸಂತತಿಲಕೆ, ನನ್ನ ಮನೆಯ ಮಂದಾರದ ಹೂವೆ.

(ಉಪಚರಿಸಲು ಮುಂದಾಗುವಳು)

ವಸಂತ: **(ತಾಯಿಯನ್ನು ದೂಡುತ್ತ)** ನೀನಾರೆಲೆ ಶೋಕಕೆ ಮೋಡ ಕಟ್ಟಿದವಳೆ

ಅಶ್ರುಧಾರಾ ಜಳಕೆ. ಛಿ! ತೊಲಗಿಲ್ಲಿಂದ ಘೋರ ನರಕ ಪಾತಾಳಕೆ.

ಕೊಟ್ಟೆನಿದೋ ತರ್ಪಣವ ಬಿಟ್ಟೆನಿದೋ ನೀರೆಳ್ಳು.

ಅನಾಮಿಕೆ: ಮಗಳೇ...

ವಸಂತ: ಎಲೆ ಪಾಪಿಯೆಲೆ ಸುಖವೈರಿ ಲೋಭಿಯೆ

ಆಡಿಸಿದೆ ಗಾಳಿಪಟ ಸೂತ್ರಹಿಡಿದು ದೂತರ ಬಿಟ್ಟು ದಿನದೊತ್ತೆಯ ಪಡೆದು

ನನ್ನತ್ತೆಯ ಮನೆಗೆ ಕನ್ನವ ಕೊರೆದೆ

ಕುಲಟೆಯೆಂಬುದನು ದಿಟವಾಗಿಸಿದೆಯಲಾ..

ಅನಾಮಿಕೆ: ಮಗಳೇ..

ವಸಂತ: ನೂಲಿನಂತೆಯೆ ಸೀರೆ, ತಾಯಿಯಂತೆಯೆ ಮಗಳು

ಗಾದೆಗಳಿಗೆ ಅಪವಾದವು ನಮ್ಮಿಬ್ಬರ ಸರತಿ.
ನಾನಾದೆನು ಗರತಿ.

ಏಕಪುರುಷವ್ರತಿ. ನಿರ್ಮಲ ಬದುಕಿಗೆ ಚಾರುವೆ ಗತಿ ಮತಿ ಪತಿ ನಲ್ಲ.

ಗರ್ಭದಲಿ ಬೆಳೆಯುತಿದೆ ಭಾನು ಸೂನುವಿನಂಶ

(ಬಳಿಬಂದು–) ಅಮ್ಮಾ..

ನೀನು ತಾಯಿಯೋ ಮೇಣ್ ಮಗಳ ತಿಂಬ ರಕ್ಕಸಿಯೊ

ಚಾರುವಿರದ ನಾನು ನೀರು ತೊರೆದಂತೆ ಮೀನು

ವಂಚಿಸಿದರೆ ಕರುಮಾಡದಿಂದ ಕೆಳಗೆ ಹಾರುತ

ನೆತ್ತರೋಕುಳಿಯಲಿ ಮೀಯಿಸುವೆ ಭ್ರೂಣಸಹಿತ.

ಹೃದಯದಲಿ ಪೂಜಿಸುವ ಪ್ರಾಣಕಾಂತನ ಮತ್ತೆ

ವಂಚಿಸಿ ನಿದ್ದೆಯಲಿದ್ದರು ಹೊರದಬ್ಬಿದೆಯಲಾ ಕುಲಟೆ

ಭಾಗವತ: ತಬ್ಬಿಬ್ಬಾದಳು ತಾಯಿ ಅಬ್ಬಬ್ಬಾ ಎನುತ
ತನ್ನೊಡಲು ಹಡೆದವಳ ಕೂರ್ನುಡಿಗೆ ಕುಸಿದಳು
ಅನಾಮಿಕೆ ಮರವಟ್ಟು ನರಳಿದಳು ಉರುಳಿದಳು ಹೊರಳಿದಳು
ತನ್ನೊಳಗೆ ತಾನು ಬಲು ನಲುಗಿದಳು

ಸಖಿ–2: ದಿನಗಳುರುಳಿದುವು
ವಸಂತತಿಲಕೆ ತೊರೆದಳು ಅನ್ನಾಹಾರವ
ಹಣೆಬರಿದು, ಮುಂಗುರುಳು ಮುಡಿಯದೆಂದಿನ ಹೂಗಳ
ಹಾರ ಉಂಗುರ ಕಂಕಣ ಡಾಬು ನೂಪುರಗಳ ಬಿಸುಟಳು
ವಸಂತತಿಲಕೆಯ ಬದುಕು ಕತ್ತಲೆ ಕೋಣೆಯಾಯಿತು.

ಹಾಡು: *ಎಲ್ಲಿ ಮರೆಯಾದೆ ರಸಿಕನೆ,*

ಕಾಮನೆಯ ಕೆರಳಿಸಿ ಅರಳಿಸಿ
ಜೀವಧಾರೆಯ ತಣಿಸಿದವನೆ
ಯಾಕೆ ಬಿತ್ತಿದೆ ವಿರಹದೀ ನೋವನೆದೆಗೆ
ಕಾಮದೇವನೆ ಪಾವನನೆ ಬಾರಾ ಮನೆಗೆ ಬಾರಾ

ವಸಂತತಿಲಕೆ: ಚಾರುವೇ ನನ್ನ ಪತಿಯು.
ಅನ್ಯ ಪುರುಷರು ಎನಗೆ ಅಣ್ಣತಮ್ಮಂದಿರು
ಹದಿಬದೆತನದಲಿ ಬಾಳುವೆನು ಸೂಳೆತನವ
ತೊರೆದೆನಿದೊ. ದಾಸೀ, **(ಗದ್ಗದಿತಳಾಗಿ)** ಅತ್ತೆ
ದೇವಿಲೆಯ ಮನೆಗೆ ದಾರಿ ಹೇಳು
ಹೋಗುವೆನು ಚಾರುವಿನಲ್ಲಿಗೆ ಈಗಳೆ

ಅನಾಮಿಕೆ: **(ಸ್ವಗತ)** ಬೇರೆ ಯಾರಿದ್ದಾರೆ? ನನಗೆ ಮಗಳಿಗೆ
ಒಂದೇ ನಾವೆ!
ಚಾರುವಿಲ್ಲದೆ ತಾಯಿ ಮಗಳು ಇಬ್ಬರೂ ತಬ್ಬಲಿ
ಚಿನ್ನಾರಿ ಮಗಳು ರನ್ನಾರಿ ಚಾರುವ ಸೇರಲಿ
(ಮಗಳ ಬಳಿ ಬಂದು)
ಮಗಳೇ, ಕ್ಷಮಿಸೆನ್ನನು, ತಾಯಿ ಮಗಳ ಸಂಬಂಧವದು
ಅನವರತ
ಹೊಕ್ಕುಳ ಬಳ್ಳಿಯ ನಂಟು ಶಾಶ್ವತ
ತಾಯ್ತನದ ಹೊರಳು ಹೊಸ್ತಿಲಲ್ಲಿರುವವಳು
ಹೆಮ್ಮೆ ಹೆತ್ತವ್ವಗೆ ಮನೆಗೆ ಜೀವ ತುಂಬಿದ ಮಗಳು ನೀ
ಮರೆತು ಬಿಡು ನೀ ಹಿಂದೆ ನಡೆದ ತಪ್ಪುಗಳನೆಲ್ಲ
ಚಾರುದತ್ತನೀ ಮನೆಯ ಅಳಿಯನು –ನಿನ್ನದೆಲ್ಲ
ಹಿಂದಿರುಗಿಸುವೆ ಪಡೆದ ಆ ಆಸ್ತಿಯನೆಲ್ಲ

ವಸಂತ: **(ಹರ್ಷಿತಳಾಗಿ ಕಣ್ತುಂಬಿ ಅಮ್ಮನನ್ನು ಅಪ್ಪುವಳು)**

ದೃಶ್ಯ-12 ದೇವಿಲೆಯ ಮನೆ

(ತಾಯಿ ಮಗ ಸೊಸೆ ಕತೆಯನೊರೆದು ಕುಳಿತಿರಲು ವಸಂತತಿಲಕೆ, ಅನಾಮಿಕೆ, ಪರಿಚಾರಿಕೆಯರು ಬಂದು ಸೇರುವರು)

(ಒಮ್ಮೆಲೆ ಸಾಷ್ಟಾಂಗವೆರಗಿ ಸಾಲಾಗಿ ನಿಂತು ಕೈ ಮುಗಿಯುತ ಮತ್ತೆ ಮತ್ತೆ ಕೆನ್ನೆ ಬಡಿಯುತ–)

ಅನಾಮಿಕೆ: ಕ್ಷಮಿಸಿರಿ ತಾಯೆ, ತಮ್ಮ ಒತ್ತೆಯ ತಮಗೇ ಇತ್ತೆವು
ತಮ್ಮ ದೊಡ್ಡ ಮನೆಗತ್ತ ದಯಮಾಡಿಸಿರಿ
ನಮ್ಮ ತಪ್ಪುಗಳೆನಿತೊ ಮನ್ನಿಸಿರಿ ಕೃಪೆಗೈದು
ಇದ ಬೇಡುವೆವು ಎರಡನೆಯ ಸೊಸೆಯನಿಂತು
ಒಪ್ಪಿಸಿಕೊಳ್ಳಿರಿ ಸೆರಗೊಡ್ಡಿ ಬೇಡುವೆವು

ದೇವಿಲೆ: ಕ್ಷಮಿಸುವುದೋ ಬಿಡುವುದೋ ಅದು ಎರಡನೆಯ ಮಾತು
ಇವಳನೀ ಮನೆಯೊಳಗೆ ಬಿಟ್ಟುಕೊಳ್ಳುವುದದೆಂತು
ಕುಲೀನ ಆರ್ಯ ವೈಶ್ಯರ ಮನೆಗೆ ವೇಶ್ಯೆ ಸೊಸೆ!

ಸಿದ್ಧಾರ್ಥ: ಲೋಕ ಆಡುವುದು ಬಾಯ್ಗೆ ಬಂದ ರೀತಿಯಲಿ

ದೇವಿಲೆ: ನಿರ್ಧರಿಸಲೊಪ್ಪಿಗೆ ಬೇಕು ಮೊದಲು ಗೃಹಲಕ್ಷ್ಮಿ ಮಿತ್ರೆಯಿಂದ
ಮಗ ಚಾರುದತ್ತನೀ ಮನೆಗೆ ಯಜಮಾನ ದಿಟ
ಆದರಾ ಯೋಗ್ಯತೆಯನೀ ವಿಷಯಕೆ ಕೊಡಲಾರೆನವನಿಗೆ
ಚಾರುದತ್ತನ ದೆಸೆಯಿಂದೆಂಥ ಬವಣೆ ಬಂತು
ಸಹಿಸಿದಳದನೆಲ್ಲ ಸಿದ್ಧಾರ್ಥವೈಶ್ಯರ ಏಕಮಾತ್ರ ಪುತ್ರಿ
ಭೂಮಿತೂಕದ ಮಿತ್ರಾವತಿ
ಶಪಿಸಲಿಲ್ಲವೀ ಮನೆಯವರನೊಂದು ದಿವಸವೂ
(ವಸಂತತಿಲಕೆಗೆ)
ನಿವೇದಿಸು ನಿನ್ನ ಅಹವಾಲನು ಮಿತ್ರಾವತಿಗೆ
(ವಸಂತತಿಲಕೆಯನಡಿಯಿಂದ ಮುಡಿವರೆಗೆ ಅತಿಸೂಕ್ಷ್ಮ ನೇತ್ರವತಿ ನೋಡಿದಳು ಮಿತ್ರಾವತಿ)

ಮಿತ್ರಾವತಿ: ಗಂಡನ ಬಾಯಿಂದ ಕೇಳಿದ್ದು ಸುಳ್ಳಲ್ಲ
ವಿನಯಶ್ರೀಯೀಕೆ ಠಕ್ಕುಸೊಕ್ಕಿನವಳಲ್ಲ
ಹರಣ ಚಾರುವಿಗೆಂದೆ ಮೀಸಲಿಟ್ಟವಳು
ವಸಂತತಿಲಕೆಗೆ ಉಂಟು ಸವತಿ ಸ್ಥಾನದ ಹಕ್ಕು ಚಾರು
ಬಿತ್ತಿದ ಕಾಳು ಹೊತ್ತುನಿಂತಿರುವಾಕೆ ಫಲವತಿಯಾಕೆ
ದೈವವೊಲಿದಿರುವಾಗ ಮನುಜರು ತಡೆಯಲೇಕೆ
ಬರಲಿ ಮನೆಯೊಳಗೆ ಈ ಜೀವ ಸೊರಗಲೇಕೆ?

ದೇವಿಲೆ: ಅಚ್ಛೋದ ಸರೋವರ ಮಿತ್ರಾವತಿಯ ಮನಸು
ತಿಳಿಗೊಳ, ಇಲ್ಲ ಕಾಳಿಕೆ, ಕಿಸುರು ಕಲ್ಮಶವಿನಿಸು

ವಸಂತ ತಿಲಕೆ: **(ನೋಡಿದಳು ಮನದಣಿಯೆ ಮಿತ್ರೆಯ, ನಮಿಸಿದಳು ಮಿತ್ರೆಯಡಿಗೆ)**

ವಸಂತ ತಿಲಕೆ: ನೀವೆ ನನಗೀಗ ದಿಕ್ಕುದೆಸೆ ಸರ್ವಸ್ವ
ಚಾರು ಕರುಣಿಸಿದ ಕೂಸನು ಹೆರುವ ಬಸುರಿಗೆ
ಆಸರೆಯ ಬಯಸಿ ಬೇಡುವೆನಕ್ಕ ತಂಗಿಯಾಗೆ

(ಧನ್ಯತೆಯನೆ ಮೇಲೆತ್ತುವಂತೆ ತಂಗಿಯನು ಹಿಡಿದೆತ್ತಲು ಮಿತ್ರೆ)

ವಸಂತತಿಲಕೆ: ಅಕ್ಕಾ.....

ಮಿತ್ರಾವತಿ: ತಂಗೀ...(ಆಲಿಂಗಿಸಿದಳು)

(ವಸಂತತಿಲಕೆ ತನಿಯಾಗಿ ಬಂದು ದೇವಿಲೆಯ ಪಾದ ಮುಟ್ಟಿ, ಹರಸಬೇಕೆನಲು–)

ದೇವಿಲೆ: ದೀರ್ಘ ಸುಮಂಗಲಿಯಾಗಿರು

ವಸಂತತಿಲಕೆ: ಧನ್ಯಳಾದೆನು ಅತ್ತೆ ಮುತ್ತಿನಾಶೀರ್ವಾದವಿತ್ತು ಹರಸಿದಿರಿ

ದೇವಿಲೆ: ನಮ್ಮೀ ಮನೆಯನು ಬೆಳಗುವ ಎರಡನೆಯ ಸೊಡರೆ
ಪಟ್ಟಮಹಿಷಿಯ ಜೊತೆಗೆ ಪುಟ್ಟ ಮಹಿಷಿಯ ಜೋಡಿ
ಎಲ್ಲ ನನ್ನ ಮಗನದೆ ಮೋಡಿ.

(ಇಬ್ಬರು ಸೊಸೆಯರನು ಮುಂಡಾಡಿದಳು ದೇವಿಲೆ)

ಸಿದ್ಧಾರ್ಥ: ಚಾರುವಿಗು ವಸಂತತಿಲಕೆಗು ಕೂಡಿಬಂದಿತು
ಋಣಾನುಬಂಧ ಹೇಗೋ ಏನತೊ ಬಿಡಿಸದ
ಬಂಧ ಬಹುಪತ್ನಿತ್ವವು ವರ್ತಕ ಸಮಾಜಕು ಒಪ್ಪಿತ
ಆದರಿಲ್ಲಿ ವಸಂತ ತಿಲಕೆಯು ವೈಶ್ಯಳಲ್ಲ ವೇಶ್ಯಾಂಗನೆ
ಆರ್ಯವೈಶ್ಯ ಸಮಾಜವೇ ತಿರುಗಿ ಬಿದ್ದರೂ
ಎಲ್ಲ ತಾಳುವ ಛಾತಿ ಇರಬೇಕು ಎದೆಯೊಳಗೆ
ಗಣಿಕೆಯರ ನಡುವೆಯೀಕೆ ಶುದ್ಧಳು ಸ್ಫಟಿಕಳು
ತಾಟಗಿತ್ತಿಯೆನಿಸಿದ ತಾಯಿಯನೆ ಪರಿವರ್ತಿಸಿ
ವೇಶ್ಯಾಗೃಹವ ಗೃಹಿಣಿಮನೆ ಮಾಡಿದವಳು
ದಾಸಿಪರಿವಾರಕೆ ದಾಸ್ಯವಿಮೋಚನೆ ನೀಡಿದವಳು

ಗುಂಪು–1: ಭಾನು ಸೆಟ್ಟಿ ಕಟ್ಟಿಸಿದ ಚಾರು ಹುಟ್ಟಿಬೆಳೆದ
ಚಾರುದತ್ತನಂಗಸುಖಕೆಂದು ದೇವಿಲೆ ಮಾರಿದ
ವೈಶ್ಯಸೌಧವನಧಿಕ ಬೆಲೆ ತೆತ್ತು ಮರಳಿ ಕೊಂಡಿದ್ದಳು
ವಸಂತತಿಲಕೆ

ಗುಂಪು–2: ಕ್ರಯಪತ್ರದಲಿ ಚಾರುದತ್ತ ಮಿತ್ರಾವತಿಯರ
ಹೆಸರ ದಾಖಲಿಸಿದ್ದಳು

ಗುಂಪು–3: ಅದ ಕೇಳಿ ತಾಯಿ ಮಗ ಮಿತ್ರೆಯರು ಕರಗಿದರು
ಆಶ್ಚರ್ಯಾಘಾತದಲಿ

ಸಿದ್ಧಾರ್ಥ: ವಸಂತ ತಿಲಕೆಯ ಇಟ್ಟುಕೊಂಡವಳೆನ್ನದೆ
ಕಟ್ಟಿಕೊಂಡವಳೆಂಬ ಸಪತ್ನಿಗೌರವ ತೋರುತ
ಮಡದಿ ಮನ್ನಣೆಯಿತ್ತು ಸಲಹಬೇಕದೆ ಉಚಿತ.

ಗುಂಪು–1: ಚಾರುವೆರಗಿದ ಮಾವ ಸಿದ್ಧಾರ್ಥಗೆ

ಚಾರು: ಮಾವಾ!

ಗುಂಪು–2: ಮತ್ತೆ ಮರೆಯದೆ ಅನಾಮಿಕೆಗೆ

ಚಾರು: ಅತ್ತೇ!

ಗುಂಪು–1: ಅತ್ತೆಯೆಂದಧಿಕೃತತೆ ಪ್ರಾಪ್ತೆಗೆ ನಮಿಸಿದನು.

ಗುಂಪು–2: ಮರುಚಣದಲಿ ನಡೆದರನಿಬರು ಹೊಸಸೌಧಕೆ
ಸಿಂಗರಿಸಿದರು, ಮೊಳಗಿತು ನಾಗಸ್ವರ ವಾದ್ಯ ನಾದ
ನಿನಾದ

ಗುಂಪು–1: ಹಸಮಣೆಯ ನಡುವೆ ವರ ಚಾರುದತ್ತನ ಕುಳ್ಳಿರಿಸಿದರು
ಎಡಬಲದಲಿ ಮಿತ್ರಾವತಿ ವಸಂತತಿಲಕೆಯರು
ಗಂಗೆ ಗೌರಿಯರಾಗಿ ಕಂಗೊಳಿಸಿದರು.
(ಹಿನ್ನೆಲೆಯಲ್ಲಿ ಮದುವೆಯ ಶಾಸ್ತ್ರ)
(ಹೊರಗೆ ಗುಂಪಿನ ಮಾತುಕತೆ)

ಗುಂಪು–3: ಎಂಥ ಕಲಿಕಾಲ ಬಂತಪ್ಪ
ಐದು ತಿಂಗಳ ಬಸುರಿ ಮತ್ತೆ ಐದೆ!
ಮಹಾನುಭಾವ ಮಾಡಿದ್ದು ಲೋಕ ರೂಢಿಯಹುದು

ಗುಂಪು–4: ಕನ್ನೆರನ್ನೆಯರ ಕರೆದು ವಧು ಮಾಡುವುದುಂಟು
ಇದಾವ ನ್ಯಾಯ ಏನನ್ಯಾಯ?
ಗರ್ಭಪಾತವನಾದರೂ ಮಾಡಿಸಬಾರದಿತ್ತೆ?

ಗುಂಪು–5: ಕಾಲಮಿಂಚಿಲ್ಲ, ತೆಗೆಸಲೇಬೇಕು ಪಿಂಡ

ಗುಂಪು–6: ಸಂಸಾರದ ಮನೆಗೆ ಸೂಳೆಯನು ಸೇರಿಸುವುದು
ಕಾಗೆಯನು ಮನೆ ಹೊಗಿಸಿದಂತೆಯೆ ಅಪಶಕುನವೈ.

ಗುಂಪು–3: ಭಾನುಶೆಟ್ಟಿಯಿರುತ್ತಿದ್ದರೀ ಮದುವೆ ನೋಡಿ
ಆತ್ಮಹತ್ಯೆಯನೊಡನೆ ಮಾಡಿಕೊಳ್ಳುತ್ತಿದ್ದ ಬಿಡಿ

ಗುಂಪು–4: ಆರ್ಯವೈಶ್ಯ ಸಮಾಜದ ಮುಖಕೆ ಮಸಿಬಳಿದು
ಲಜ್ಜೆಯಿಲ್ಲದೋಡಾಡುವರು ಸಡಗರಿಸಿ

ಗುಂಪು–1: ವಸಂತ ತಿಲಕೆ ಚಾರುಪ್ರಿಯಳು, ಮಲಿನಳಲ್ಲ.
ಭಾನುಪುತ್ರನ ಹೊರತು ಅನ್ಯರನು ಬಯಸಲಿಲ್ಲ

ಗುಂಪು–5: ಬಹಿಷ್ಕಾರ ಹಾಕಿ ಕಕ್ಕಿಸಲೇಬೇಕು ದಂಡ

ಗುಂಪು–6: ತೆರಲಿಬಿಡಿ ಹೇಗು ದಂಡಿಯಾಗಿದೆ ಧನಕನಕ
ಸೂಳೆ ಸಂಪಾದನೆಯು ಸೇರಿಬಂದಿದೆಯೀಗ

ಗುಂಪು–4: ಬಹಿಷ್ಕರಿಸಬೇಕಾದ ಹಿರಿಯರೆ ಸಂಭ್ರಮಿಸಿ ಹೆಮ್ಮೆ ಪಡುತಿಹರೈ

ಇನ್ನು ಬೆಕ್ಕಿಗೆ ಗಂಟೆ ಕಟ್ಟುವವರಾರು ತಮ್ಮಾ?

ಗುಂಪು–5: ಮಾಡಿದ ಪಾಪ ಆಡಿದವರ ಬಾಯಿಗೆನುವರು,

ನಮಗೇಕೆ ಇಲ್ಲದ ಉಸಾಬರಿ?

ಗುಂಪು–1: ವಕ್ರೋಕ್ತಿ ಜೀವಿತೇಶರು ಸದಾ ಇದ್ದೇ ಇರುವರು ಎಲ್ಲ ಕಾಲದಲು ಯಾರು ಏನೇ ಹೇಳಲಿಬಿಡಲಿ

ತೆಗಳಲಿ ಹೊಗಳಲಿ ವೇಶ್ಯಾವಾಟಿಕೆಯ ಕೌಸ್ತುಭರತ್ನ ಪದಕವು ದೂಳಿಧೂಸರಿತ ದೂಷ್ಯವಾಗದೆ ಮೇಲೆದ್ದು

ಅಂಗದೇಶದ ರಾಜಶ್ರೇಷ್ಠಿಯ ವಕ್ಷಸ್ಥಳದಲಿ

ರಾರಾಜಿಸಿತೆಂಬುದಿದು ಯೋಗಾಯೋಗ

(ಕತ್ತಲೆ)

ದೃಶ್ಯ-13 ಚಾರುದತ್ತನ ಮನೆ

(ಬೆಳಕು)

ಗುಂಪು-1: ಬಂದಿತಾ ಉದ್ಯೋಗಕೆ ತೆರಳುವ ದಿನ
ಹಡೆದವ್ವನ ಅಡಿಗಡಿಗೆ ಬಾಗಿ ನಮಿಸಿ
ಬಂಧು ಬಾಂಧವ ಮಡದಿಯರ ಸಂತೈಸಿ

ಚಾರು: ಅರ್ಥೋರ್ಪಾರ್ಜನವೆ ಸಕಲಕೂ ಮುಖ್ಯವು
ಹೊರದೇಶದ ವ್ಯಾಪಾರವದು ಖಚಿತಗೊಂಡಿದೆ.
ಸಾರಭಾಂಡ ಪದಾರ್ಥವ ತುಂಬಿಕೊಂಡು ಇದೋ
ಯಾತ್ರೋದ್ಯುಕ್ತನಾದೆ

ಹಾಡು/ಭಾಗವತಿಕೆ: (ಮಡದಿ ಮಿತ್ರಾವತಿ ಬೇಡಿದಳು)
ರೋಹಿಣೀ ಜೀವಿತೇಶನೆ
ಮದೀಯ ಜೀವಿತೇಶನ ರಕ್ಷಿಸೈ ಅನವರತವೂ

ಹಾಡು/ಭಾಗವತಿಕೆ: (ತಾಯಿ ದೇವಿಲೆ ಕೋರಿದಳು)
ತಾಯಿ ಪದ್ಮಾವತಿ ದೇವಿ
ಸೊಸೆಯರಿಗತಿ ಸೌಭಾಗ್ಯವನು ದಯಪಾಲಿಸನುಗಾಲವೂ

ಹಾಡು/ಭಾಗವತಿಕೆ: (ನಲ್ಲೆ ವಸಂತಳು ಬಯಸಿದಳು)

ಪ್ರಭು ನನೆಯಂಬ ಚಿತ್ತಜನೆ
ಮಮವಲ್ಲಭನ ಕಾಪಾಡು ಕರುಣಿಸಿ
ದೀರ್ಘಾಯುವನು
ಯಾನವ ನಿರ್ವಿಘ್ನವಾಗಿಸು

ಹಾಡು/ಭಾಗವತಿಕೆ: (ಬಂಧುಬಾಂಧವರು ಹರಸಿದರು)
ವೀರನ್ ಅಜೇಯನಾಗಿರಲಿ
ಮೃತ್ಯುಂಜಯ ಮರಳಿ ಬರಲಿ
ಅಂಬೆ ಅಂಬಿಕಾಮಾತೆಯೆ
ಪುರವಾಸಿ ಬಸದಿಯೊಡೆಯ
ವರ ವಾಸುಪೂಜ್ಯನೆ ಕಾಪಾಡು ನಿರಂತರವೂ

ಗುಂಪು–1: ತನ್ನೀ ಪಯಣಕೆ ನಡನಡ ನಡುಗುವ ಸುದೀರ್ಘ
ಅಗಲಿಕೆಗೆ ಬಿನ್ನನೆ ಖಿನ್ನನೆ ಮೊಗಮಾಡಿ ನಿಂತ
ನಲ್ಲೆಯರ ಬಳಿಗೈದು ಲಲ್ಲೆಗರೆದು ಮೆಲ್ಲಗೆ ನುಡಿದನು:

ಚಾರು: ಧೈರ್ಯಗುಂದದೆ ಅತಿಪ್ರಲಾಪಿಸದೆ
ವಿಭ್ರಾಂತಿಗೊಳಗಾಗದೆ ವೃದ್ಧಳತ್ತೆಯ ಬಳಿ
ಮಾರ್ಗದರ್ಶನ ಹೊಂದಿ ಸಂಸಾರ ತೂಗಿಸಿರಿ
ಬಂದೆ ಬರುವೆನು ಬೇಗ ಸಂಶಯಬೇಡ
ತಂದೆ ತರುವೆನು ಗಳಿಸಿ ಅನಂತ ಕನಕ ನೋಡ

ಗುಂಪು–2: ಶುಭ ದಿನ ಶುಭಮುಹೂರ್ತ ಶಕುನ ನೋಡಿ
ಪಿರಿದಂತರದಲಿ ಹೊರಬೀಡು ಬಿಟ್ಟನು ಚಾರು

ಹಾಡು/ಭಾಗವತಿಕೆ: ಅಳಿಯನ ಬೆಂಬಳಿಯಲಿರುವೆನೆನುತ
ಘಳಿಲನೆ ಐತಂದೊಂದುಗೂಡಿದನು ಶೆಟ್ಟಿ ಸಿದ್ಧಾರ್ಥ
ಹೊರಟರು ಹೊಸದು ಹಾದಿ ಹಿಡಿದು.

ದೃಶ್ಯ-14

ಕಂಜಸ್ಥದುರ್ಗ

ಹಾಡು/ಭಾಗವತಿಕೆ:
ಚಂಪಾಪುರ ಸೀಮೆಯನುಲ್ಲಂಘಿಸುತ
ದುರ್ಗಮದ ಹೇರಡವಿಯ ಎದುರಾಗಿ ಹೆಜ್ಜೆಯಿಟ್ಟು
ಹೊಕ್ಕರಣೆ ಹೊಕ್ಕು ಮಿಂದು ಮಡಿಗೊಂಡು
ಬಿಡಾರ ಹೂಡಿ ಅಟ್ಟಡುಗೆಯನುಂಡು
ಮೆಲುಕು ಹಾಕಿದರು ಹಿರಿಯರನುಭವವ

ಗುಂಪು–2:
ಇರುಳಲಿ ವಿಶ್ರಮಿಸಿ ಪಯಣಿಸುತ ಹಗಲಲಿ
ಮಹೋತ್ಸಾಹಚಿತ್ತನು ಪಯಣ ಹೋಗುತ್ತ
ಚಾರುಪರದನು ಬಹುಲಾಭವ ಗಳಿಸಿದನು

ಗುಂಪು–3:
ಕಂಜಸ್ಥವೆಂಬುದದು ಸುರಮ್ಯದುರ್ಗ

ಗುಂಪು–4:
ಅಲ್ಲಿ ಕುಂಜರನು ದುರ್ಗಾಧಿಪನ ಸೇನಾನಿ,
ಜನಪದರ ಕಪ್ಪ ಕಾಣಿಕೆ ಬೊಕ್ಕಸಕೆ
ಸಾಗಿಸುವ ಭಟರ ತಂಡಕೆ ಮುಂದಾಳು,
ಚಾರುವಿನ ಶೀಲಸಂಪನ್ನ ಮಹಿಮೆಗೆ ಮೆಚ್ಚಿ,
ಕೂಡಿ ನಡೆದರು ದುರ್ಗದೆಡೆಗೆ

ಗುಂಪು–5: ಹಳುವದೆಡೆ ಬಂದಾಗ ರಾಜನಿಧಿಯನು
ಸೂರೆಗೊಳಲೆರಗಿದರೊಮ್ಮೆಲೆ ಬೇಡಪಡೆ
ಅರಸು ಪಡೆಯೆರೆಯ ಕುಂಜರ ಸೋಲುತಿರೆ
ಬೊಕ್ಕಸ ಬರಿದು ಬಯಲಾಗುವಂತಾಗೆ

ಹಾಡು/ಭಾಗವತಿಕೆ: ಅತ್ತಪರ ಬಾಳನು ಕಿತ್ತೆಸೆದು ಚಾರು
ಬಿಲ್ಲನೆತ್ತಿದಿರಾಗಿ ಹೋಗಿ ತಾಗುತ
ಕಿರಾತಬಲವನೋಡಿಸಿ ತಾ ಗೆಲ್ಲುತ್ತೈದಿದನು

ಗುಂಪು–6: ಮೇರು ಪರ್ವತದಂತೀತನ್ ಅಚಲ ಧೈರ್ಯನೆಂದು
ಕಂಜಸ್ಥದುರ್ಗದ ಯೋಧರು ಕಂಜರಸಹಿತ
ಚಾರುವೆ ನಮಗಾಪತ್ತಿಗಾದ ಸವ್ಯಸಾಚಿಯು
ಎನುತ ಕೊಂಡಾಡಿ ಮುಂಡಾಡಿ ಸತ್ಕರಿಸಲು

ಗುಂಪು–3: ಕಂಜಸ್ಥ ದುರ್ಗಾಧಿಪನು ಹರುಷಗೊಂಡು
ಈತ ಘನವೆತ್ತ ಮಹಾಪುರುಷನೆ ಇರಬೇಕೆನುತ
ತನ್ನ ರಾಜ್ಯದಲರ್ಧಭಾಗವನು ಕೊಡುವೆ ಎಂದು,
ತನ್ನ ಮಗಳನಿತ್ತು ಮದುವೆ ಮಾಡುವೆನೆಂದು
ಆನಂದಭೇರಿಯನು ಮೊಳಗಿಸಿದನು

ಚಾರು: ಅವಿನಯವೆಂದೆಣಿಸದಿರಿ ಅವಿವಾಹಿತ ನಾನಲ್ಲ
ರಾಜ್ಯವಾಳುವ ಬಯಕೆಯೂ ಇಲ್ಲ
ಪಯಣಬೆಳೆಸಲು ವೀಳೆಯವ ನೀಡಿ ಅಷ್ಟೆ ಸಾಕು

ಗುಂಪು–4: ಇದೇನು ಹಿರಿತನವೀತನದೆಂದು ತಲೆ ಬಾಗುತ
ಕಾಣಿಕೆಯನಿತ್ತು, ಬಿಲ್ಲು ಬಾಣವನಿತ್ತು ಬೀಳ್ಕೊಟ್ಟರು

ಚಾರು: ಬಿಲ್ಲಬಾಣವು ಬೇಡ ಎಲ್ಲ ಇಲ್ಲೆ ಇರಲಿ
ಕತ್ತಿ ಕಠಾರಿ ಬತ್ತಳಿಕೆ ಮೈ ಜೋಡಿರಲು
ಒತ್ತಿ ಬರುವುದು ಲಾಲಸೆ ಅಸ್ತ್ರ ಹೂಡಲು
ದುರಾಸೆಯನು ಹತ್ತಿಕ್ಕುವುದೆ ತಕ್ಕ ಮದ್ದು

ಗುಂಪು–3: ಹೀಗೆ, ದುರ್ಗಾಧಿಪನ ಬೀಳ್ಕೊಂಡು ಬೇಪಾರ ಮುಂದರಿಸಿ
ಒಂದು ದ್ವೀಪದಲಿ ಕೊಂಡುದನಿನ್ನೊಂದು ಕಡೆ ಮಾರಿದರು

ಗುಂಪು–4: ಕಾಣದ ಕೇಳದ ದೂರದೇಶವ ಸುತ್ತಿ
ಸುರಭಿ ಘನಸಾರ ಕಾಶ್ಮೀರ ಮೃಗ ಮದಾದಿ
ಅಪೂರ್ವ ವಸ್ತುಗಳ ಸಂಚಯಿಸುತ
ವಿನಿಮಯದ ಸರಕು ಸಾಮಗ್ರಿಯ ಬೆಲೆಯರಿತು
ಬೇಡಿಕೆ ಅಧಿಕವೆಲ್ಲಿಹುದೆಂದರಿತಾ
ಹೊರನಾಡುಗಳಲಿ ಬಿಕರಿಸುತ ಸರಬರಾಜಿಸುತ
ಬತ್ತೀಸಕೋಟಿ ಪಣಗಳಿಸಿ ಐದಾರು ವರುಷದಲಿ
ಪಡೆದ ಧನಕೆ ನೂರ್ಮಡಿ ಲಾಭಕೊಡುವ ಸರಕ
ಖರೀದಿಸಿ ತೀವಿಸಿ ಹಡಗನೇರಿ ಬರುತಿರಲು

ಭಾಗವತಿಕೆ: ಪ್ರಲಯ ವಿಲಯ ಗಾಳಿ ಸುಳಿದು
ಕಡಲು ಕೆರಳಿ ಅಡಕೆ ತೆಂಗು

ಮರಗಳುದ್ದದ ಪ್ರಚಂಡ ತೆರೆಗಳು ಅಪ್ಪಳಿಸಲಲ್ಲಿ
ನೌಕೆಯಲುಗಿ ಕೂವೆ ಕಂಬ
ಮುರಿದು ಹಡಗ ಹಾಯಿ ತೇಲಿ
ಜನರು ನಾವೆ ಸಹಿತ ಹೊರಳಿ ತಳವ ಸೇರಲು

ಭಾಗವತಿಕೆ: ಜಲಧಿಯೊಳು ಸಿಕ್ಕ ಹಲಗೆಯ ಫಕ್ಕನೆ ಹಿಡಿದು
ತಾಯ ತಬ್ಬುವ ಮಗುವಿನಂತೆ ಮಾವನೊಂದು
ತಾನೊಂದು ರಕ್ಷಕ ಫಲಕವೇರಿ
ಸಾಗಿದರು ಎತ್ತೆಂದರಿಯದೆ

ಭಾಗವತಿಕೆ: ಸಂದವು ಮೂರಿರುಳು ಚಂದಿರನೆ ಲೆಕ್ಕ,
ಒಂದಾದರೂ ದಡವು ಕಾಣಲಿಲ್ಲ
ಅದ್ವೈತದಲಿ ಹೊರಟ ಮರದ ಹಲಗೆಗಳವು
ದ್ವೈತವನು ಹಿಡಿದಗಲಿದವು ದೂರದೂರಕೆ
ಅಳಿಯ ಮಾವನ ನಡುವೆ ಅಜಗಜಾಂತರವು
ಇತ್ತ ಚಾರುದತ್ತನ ಹಲಗೆ ನಡುಗಡ್ಡೆಗೆ ತಲುಪಲುಳಿದನಾ
ಕುರುವದಲಿ ಗಾಳಿಕುಡಿದು
ಅನಿಲ ನೂಕಿದ ಕಡೆ ಸಾರುತ ಬಂದಿಳಿದನು
ಶಂಬರಾವತಿಯೆಂಬ ರೇವು ಪಟ್ಟಣಕೆ

ದೃಶ್ಯ-15 ಶಂಬರಾವತಿ

ಗುಂಪು-1: ಅಂಬರಾವತಿಯ ಕಡಲ ತಡಿಯ ನಗರ. ಅಲ್ಲಿಯ ಜನಸಮುದಾಯಕ್ಕಂದು

ಅಚ್ಚರಿಯೋ ಅಚ್ಚರಿ. ನೀರಲಿ ಕೊಳೆತು ನಾರುತ ಬರುವ ಹೆಣಗಳ

ದಿನನಿತ್ಯ ನೋಡುವ ವಾಡಿಕೆ ಇವರದ್ದು. ಶವದ ಮೈಮೇಲಿನ

ಒಡವೆಗಳ ಅಪಹರಿಸುವ ಉಪಕಸುಬು ಇವರ ವೃತ್ತಿ.

ಈತನೊಬ್ಬ ಜೀವಂತವಾಗಿ ಬಂದುದು ಎಲ್ಲರಿಗೂ ಸೋಜಿಗ!

ಗುಂಪು-2: ಯಾರೀತನಾರೀತ? ಈತ ಬದುಕುಳಿದು ಬಂದುದೊಂದು ಸೋಜಿಗ!

(ಊರವರು ಅವನನ್ನು ಸುತ್ತುವರಿಯುವರು)

ಗುಂಪು-2: ಮೂರು ದಿನ ಹಿಂದೆ ಬಂದವರು ನಿಮ್ಮಂತೆ ಗಂಡಾಂತರವ ದಾಟಿ ಬಂದವರು. ಸಿದ್ಧಾರ್ಥನೆಂಬರು ಅವರ. ಒಂದೊಮ್ಮೆ ಈ ಶಂಬರಿಗ್ರಾಮಕೆ ಚೈತ್ಯಾಲಯವ ಕಟ್ಟಿಸಿಕೊಟ್ಟ ಭಾನುದತ್ತ ಸೆಟ್ಟಿಯ ಮೈದುನರಂತೆ

ಚಾರು: ಹೋ ಸಮಾಧಾನವಾಯ್ತು! ಎಲ್ಲಿಹರಾ ಮೊನ್ನೆ ಬಂದ ವೈಶ್ಯವರರು?

ಅವರೆನ್ನ ಮಾವಂದಿರು

(ದಾನಶಾಲಾ ಪ್ರತಿಪಾಲಕನ ಆಗಮನ)

ಪ್ರತಿಪಾಲಕ: ಇದೋ ನಮಿಸಿದ್ದೇನೆ ಸಾಹಸಿಗನೆ

ಚಾರು: ಯಾರು?

ಪ್ರತಿಪಾಲಕ: ನಿಮ್ಮ ತಂದೆ ಭಾನುದತ್ತ ಶೆಟ್ಟಿಯವರು ಇಲ್ಲಿ ಚೈತ್ಯಾಲಯ ಕಟ್ಟಿಸಿಕೊಟ್ಟಿಹರು. ನಾನದರ ದಾನಶಾಲಾ ಪ್ರತಿಪಾಲಕ.

ಸಿದ್ಧಾರ್ಥಸ್ವಾಮಿಯವರು ಇಲ್ಲಿ ಉಳಿಯದೆ ತುರ್ತಾಗಿ ತೆರಳಿದರು.

ಹೊರಡಲಣಿಯಾದಾಗ 'ಭಾನುದತ್ತ ಶೆಟ್ಟಿಯವರ ಪಾಲಿನ ಹದಿನಾರು ಕೋಟಿ ದ್ರವ್ಯ ನಮ್ಮ ಬಳಿಯಿಹುದು ಅದಂ ಕೊಂಡೊಯ್ಯಿರಿ' ಎಂದೊಡೆ,

'ಒಲ್ಲೆನದು ಭಾನುವಿನ ಮಗ ಚಾರುವಿಗಿರಲಿ' ಎಂದೆನುತ ನಿರಾಕರಿಸಿದರು. ಬಿಡದೆ ಎಂತೋ ಒಡಂಬಡಿಸಿ ಎಂಟು ಕೋಟಿಯನಿತ್ತು

ಕಳುಪಿದೆವು. ಮಿಕ್ಕ ಎಂಟು ಕೋಟಿಯ ತಾವು ದಯವಿಟ್ಟು ಸ್ವೀಕರಿಸಿ

ನಮ್ಮ ಹೊಣೆಯ ಹಗುರಗೊಳಿಸಿರಿ ತಂದೆ' ಎಂದನು.

ಚಾರು: ಲೇಸಾಯ್ತು, ನನ್ನೀ ಮಾವನ ಕಾಪಿನಲಿ

ತಾಯಿ ಮಡದಿಯರು ಜೀವಿಸಲಿ. ಮಿಕ್ಕಾ ಎಂಟು ಕೋಟಿ ಹೊನ್ನು ಮುಟ್ಟುವ

ಅನೈತಿಕ ನಾನಲ್ಲ. ಆ ಅಪಾರ ವಿತ್ತವ ತಂದೆ ಭಾನು ಹೆಸರಲಿ ದಾನಗೈಯಿರಿ

ಹರಸುವರು ತಂದೆ ಮೇಲಿಂದ

ಪ್ರತಿಪಾಲಕ: ಉದಾತ್ತ ಚಿತ್ತವೃತ್ತಿಯವರು ತಾವು.

ಸಾಹಸ ಪುರುಷರು ತಾವು. ನಮಗೆ ಹೆಮ್ಮೆ.

ಚಾರು: ನನ್ನಯ್ಯನು ಸಾಹಸಿಗ, ನಾನಲ್ಲ.
ತಾಯಿತಂದೆ ಮಡದಿ ಮಕ್ಕಳ ತುಂಬು ಹಾರೈಕೆಯ ಫಲ, ಬದುಕಿರುವೆ ನಾನಿಂದು.

ಪ್ರತಿಪಾಲಕ: ಸದ್ಗುಣ ಸಂಪನ್ನನೇ, ಎದೆ ಬಿಚ್ಚಿ ನುಡಿದ ಗುಣಗಣ
ಮಾತು ಕೇಳಿ ಸಂತಸವಾಯಿತು. ಹೀಗೆ ಬನ್ನಿ..
(ಕರೆದುಕೊಂಡು ಹೋಗುವನು.)

ಗುಂಪು–1: ಅಂಬರಾವತಿಯಲಿ ಚಾರುದತ್ತನಿರಲು ಅತ್ತ ಸಿದ್ಧಾರ್ಥನು
ಸಿಂಧು ದೇಶವ ತಲುಪಿದನು.

ಸಿದ್ಧಾರ್ಥ: ಚಾರುದತ್ತ ಉಳಿದನೋ ಅಳಿದನೋ ಜಲಚರಂಗಳಿಗೆ
ಆಹಾರವಾದನೋ ಅರಿಯೆನಾ
ಎಂಥ ದುರ್ಮರಣ ಬಂತೀ ಸಾಹಸಿಗೆ
ಎಂಥ ವೈಧವ್ಯ ಬಂತು ಮಗಳು ಮಿತ್ರಾವತಿಗೆ

ಗುಂಪು–3: ಊರು ಶಂಬರಾವತಿಯು ಚಾರುದತ್ತನು ಅಲ್ಲಿ
ಕೆಲವು ದಿನ ನಿಂತು ವಿಶ್ರಮಿಸುವಾಗಲ್ಲಿ
ಚಾರುದತ್ತನ ಉದಾತ್ತ ಚಿತ್ತವೃತ್ತಿಯನು ಪುರಜನಗಳೋರಂತೆ ಹೊಗಳುತಿರಲು
ಚಾರುದತ್ತನನು ವ್ಯಂತರ ದೇವನರಿಯಲು
ಹಣವಂತನ ಗುಣವಂತನ ತ್ಯಾಗಬುದ್ಧಿಯ ಹೆಕ್ಕಿ ನೋಡಲೋಸುಗ ಬಂದು
ದೊರೆಸಾನಿ ವಿಕ್ರಮಾದಿತ್ಯನ ರೂಪು ತಳೆದು
ಅಲ್ಲಿ ಬಿದ್ದು ಹೊರಳುತ ಬಲು ನೊಂದಂತೆ ಶೂಲೆಯಲಿ ನಟಿಸುತಿರಲು

ವಿಕ್ರಮಾದಿತ್ಯ: ಅಯ್ಯೋ ಅಮ್ಮಾ....
(ಗುಂಪು ಸುತ್ತುವರಿಯುವುದು. ಕಿಂಕರ ವೀರಪಾಂಡ್ಯ)

ವೀರಪಾಂಡ್ಯ: ಅಯ್ಯೋ ಅಮ್ಮಾ....

ಚಾರು: **(ವೀರಪಾಂಡ್ಯನೊಂದಿಗೆ)** ಅಯ್ಯಾ,
ಹುಯ್ಯಲಿಡುವಿರಿಂತೇಕೆ? ರೋಗ ಯಾರಿಗಣ್ಣಾ?
ಕಳೆಯಬಹುದೆಂತು ನೋವುಗಳ ನಾವುಗಳು?

ವೀರಪಾಂಡ್ಯ:	ಅಯ್ಯ, ನೀವಾರಯಲು ತೀರ್ವುದಲ್ಲ
	ಬಿಜಯಂಗೈಯಿರಿ, ನಿಮ್ಮ ಪಾಡದು ನಿಮ್ಮದು
ಚಾರು:	ಅದಂತಿರಲಿ, ಇಂತಿದೇನೆಂದು ಹೇಳಲೇನು? ಯಾರೀತ?
ವೀರಪಾಂಡ್ಯ:	ಈತ ಶ್ರೀರೂಪ ವಂಶಪ್ರಭು ವಿಕ್ರಮಾಂಕನು. ದಾನಿಗಳೊಡೆಯ
	ನಿನ್ನೆಯಿರುಳಿಂದ ಶೂಲೆಯಲಿ ಹಿರಿದಾಗಿ ವೇದನೆಗೆ ನಡುಗಿ ಹೊರಳುತಿಹನು
	ಸೇದೆಗೆಟ್ಟಿರುವನೀ ಮಹಾವ್ಯಾಧಿಗೆ ಬಳಲಿ
ಚಾರು:	ವೈದ್ಯಗೆ ತೋರಿ ಕುತ್ತೌಷಧಿ ಪಡೆದಿರೇನು?
ವೀರಪಾಂಡ್ಯ:	ಅಂತಿಂಥ ಜಡ್ಡು ಜಾಡ್ಯವಿದಲ್ಲ ಗಂಭೀರವಿದು

ಮಾನಸರ ಬಲದ ಪಕ್ಕೆಯ ಎಲುಬನು ಕತ್ತರಿಸಿ ತಂದು

ಅದರಿಂದ ಶಾಖವಿತ್ತರೆ ರೋಗ
ಉಲ್ಬಣಿಸದಡಗುವುದು ತನಗೆ ತಾನು.

ಸುತ್ತ ಪರಿವಾರದೆಮ್ಮೊಳಗೆ ಎಲ್ಲರು ಸಿದ್ಧರಿಹರು

ಪಕ್ಕೆಯ ಸೀಳಿದರದೆಂತು ಬಾಳುವೆವೆಂಬ ಭಯ ಭೀತಿ ನೀಗಿಹರು.

ಆದರೀ ಮಹಾಪ್ರಭು, ನಮ್ಮೊಳಗೊಬ್ಬ ಸತ್ತ ಸುದ್ದಿ ಕೇಳಿದರು ಸಾಕು

ತಾ ಬಾಳೆನೆಂಬರು. ಅತ್ತ ಪುಲಿ ಇತ್ತ ದರಿ
ಎಂಬಂತೆ ನಲುಗಿಹೆವು

ಚಾರು: ಎನಿತು ಕಾಲ ಬದುಕಿದರು ತಾನೆ ಇಂಥ ಭಾಗ್ಯ

ಬಂದೀತೆ ಮತ್ತೆ ಜೀವ ಉಳಿಸುವ ಸೌಭಾಗ್ಯ!

(ವೀರಪಾಂಡ್ಯನಿಗೆ) ಬಲದ ಪಕ್ಕೆಯ ಎಲುಬ ನಾನೆ ಕೊಡುವೆ

ಬಸದಿಯೊಡೆಯಗೆ ನಮಿಸಿ ಬರುವೆ

ಗುಂಪು–6: ದೇವಮಂದಿರ ಸೇರಿ ಮೂರು ಸುತ್ತನು ಬಳಸಿ

ಭಕ್ತಿಭರದಲಿ ಪೂಜೆ ಪೂರೈಸಿ ವೀರಪಾಂಡ್ಯನ
ಕಯ್ಯ ಸುರಿಗೆಯನು ಬೇಡಿದನು

ಗುಂಪು–3: ತನ್ನ ಬಲದ ಪಕ್ಕೆಯನು ಚಕ್ಕನೆ ತರಿದಿಟ್ಟನು

ನೆತ್ತರು ಪನಪನ ಪರಿಯಲು ನೊಂದಹೆ ಎನ್ನದವನು

ವಿಕ್ರಮಾದಿತ್ಯನ ಕೈಯೊಳಿಟ್ಟು ಹೊರನಡೆದನು

ಗುಂಪು–4: ದೇಗುಲದ ಮುಂದೆ ಸಾಷ್ಟಾಂಗವೆರಗಿ

ಮೂರ್ಛೆಗೆ ಸಂದು ಕುಸಿದು ಬಿದ್ದನು

ವಿಕ್ರಮಾಂಕನ ಶೂಲೆ ಶೂಲವು ತೊಲಗಿರಲು

ತಾನೆ ಆಗಮಿಸಿ ಮೆಚ್ಚಿ ಚಾರುವಿನ ಮೈದಡವುತ

ಸಂಜೀವನ ಪ್ರಯೋಗದಿಂದೆತ್ತಿ ನಿಲಿಸುತ

ವಿಕ್ರಮಾದಿತ್ಯ: ಧನವನೀವುದು ಲಾಭಕೆಂದು

ತನುವನೀವುದು ಸದ್ಗತಿಗೆ ಸಲಲೆಂದು ಇವೆರಡನು

ಮನುಜ ಮಾತ್ರರಿಗೆ ಎರಡಿಲ್ಲದಂತೆ ನೀಡಿದೆ
ಇದು ಯಾವ ಬಗೆಯ ವ್ಯಾಪಾರ ವ್ಯವಹಾರವೋ?

ಚಾರು: ಅರಸನೀ ನೆಲದ ಕಣ್ಣಿಗೆ ಕಾಣುವ ದೈವ
ನಿಮಗಿಂತಲಗ್ಗಳ ಮನುಜನೆಲ್ಲಿಹನು
ಮಾನವನ ಎಲುಬಿಗೆ ಕವಡೆ ಕಿಮ್ಮತ್ತಿಲ್ಲವದು

ವಿಕ್ರಮಾದಿತ್ಯ: ಆರ್ಯ ವೈಶ್ಯನೆ ಕೇಳು
ನಾನೀ ಧರಿತ್ರಿಯಲಿ ಮಹಾದಾನದ ದಾನಿಯೆನಿಸಿ ಹೆಸರು ಗಳಿಸಿದೆನು
ಅತುಳ ಕೀರ್ತಿಯನು ಮಸುಳಿಸಿದೆ ನೀನು
ಏನಿಂತಿದು ಚೋದ್ಯ ನಿನ್ನ ಮಹಿಮೆಗೆ ಮಣಿದೆ

ಗುಂಪು–3: ಬಳಿಕ ತೋರಿದನಮರ ದಿವ್ಯರೂಪ ತೇಜವನು

ವ್ಯಂತರ: ವೀರಪ್ರಭುದೇವನು ನಾನು ಅನ್ಯಲೋಕದವನು
ನಿನ್ನ ಪರೋಪಕಾರ ಭಾರವದ ಮೊಳಗಲು
ಪ್ರತ್ಯಕ್ಷ ಪ್ರಮಾಣಿಸಲು ಹೂಡಿದಾಟವಿದು
ನಿನ್ನಂತೆ ಪ್ರಾತಃಸ್ಮರಣೀಯರು ಅಪರೂಪ

ಗುಂಪು–4: ವ್ಯಂತರನು ಹರಸಿ ಚೆಂಬೊನ್ನ ಮಳೆ ಸುರಿಸಿ ನಿರ್ಗಮಿಸಿದನು

ಗುಂಪು–5: ಚಾರು, ಆ ರಾಶಿ ಚೆಂಬೊನ್ನ ದೀನದಲಿತರಿಗಿತ್ತನು
ಉಳಿದುದನೆಲ್ಲ ಊರ ಗುಡಿಗಳಿಗೆ ಋಷಿ ಮುನಿ ಕಂತಿಯರ ಆಹಾರಕೆಂದು
ಪುದುವಟ್ಟನಿಟ್ಟನು ಉದಾರ ಚರಿತ ಚಾರುದತ್ತನು

ದೃಶ್ಯ-16 ಪೂರ್ಣಯಕ್ಷಿಯ ಆಶ್ರಮ

ಗುಂಪು-4: ಚಾರು ನಡೆಯುತ್ತ ಹೇಮಾಂಗ ರಾಷ್ಟ್ರದ
ರಾಜಪುರಕನತಿ ದೂರದಲಿ ಕಂಗೊಳಿಸುವ
ತಾಪಸಾಶ್ರಮವ ಕಂಡನು

ಗುಂಪು-5: ವಿಶಾಲ ಆಶ್ರಮದ ವೃಕ್ಷ ವೈವಿಧ್ಯ ವಿಲಾಸ ವೀಕ್ಷಿಸಿ
ವಿಸ್ಮಯ ಭಾವದೆ ಚಾರು ಮುನ್ನಡೆದ ಮುಖ್ಯ
ಪರ್ಣಕುಟಿಗೆ

ಗುಂಪು-1: ಲೋಹಿತಾಶ್ವ ಹೆಸರಿನ ತರುಣ ತಾಪಸಿ, ಚಾರುದತ್ತನ
ಬಳಿ ಬಂದ

ಲೋಹಿತಾಶ್ವ: ಚಂಪಾನಗರ ದಿಬ್ಬಕುಲ ಚೂಡಾಮಣಿಗೆ
ಅಪೂರ್ವ ನಲ್ ಬರವು ಅಭ್ಯಾಗತರಿಗೆ
ಅನಾದಿ ಕಾಲದ ಸನಾತನ ಗುರುಕುಲವಿದು
ಮಹಾಮಹಿಮ ಗುರುದೇವ ಪೂರ್ಣಯಕ್ಷಿ
ಕೊಟ್ಟರೆ ವರವು ಇಟ್ಟರೆ ಶಾಪವೆಂಬಂಥ ತಾಪಸನು.
ಧರಿಸು ಬಾ ನಿನ್ನನುದ್ಧರಿಸಬಲ್ಲನ
ಪಾದಧೂಳಿಯನುತ್ತಮಾಂಗದಲಿ

ಗುಂಪು–2: ಮೇಲು ಮಾಳಿಗೆಯ ಸಣ್ಣ ಕೋಣೆಯಲಿ
ಕೆಂಜೆಡೆಯ ಶಿಖಿ ಬಿಗಿದ ಮೈತುಂಬ ಭಸ್ಮ
ಬಳಿದೆದೆಯಲಿ ಮಣಿ
ಕೈಯಲಿ ರುದ್ರಾಕ್ಷಿ, ನೆತ್ತರು ಚಿಮ್ಮುವ ತೆರ ಬಿರಿದ ರಕ್ತಾಕ್ಷಿ
ನಿಗಿ ನಿಗಿ ಕೆಂಡದ ಪರಿ ಹೊಳೆವ ಪೂರ್ಣಯಕ್ಷಿ

ಗುಂಪು–3: ಚಾರು ಸಾಷ್ಟಾಂಗವೆರಗಿ ಗೌರವ ತೋರಿದ

ಪೂರ್ಣಯಕ್ಷಿ: ಓಂ ಶುಭಮಸ್ತು ಶಿವಮಸ್ತು ಲೇಸಕ್ಕು
ಅರ್ಥೋರ್ಪಾರ್ಜನೆ ನಿಮಿತ್ತ ಬಂದಿರುವ
ಚಂಪಾಪುರ ರಾಜಶ್ರೇಷ್ಠಿಯೆ ಕೇಳ್
ಅಚ್ಚುಮೆಚ್ಚಾದ ಭಾನುದತ್ತಸೆಟ್ಟಿಯರೆಮಗೆ ಖಾಸಾ
ಶಿಷ್ಯೋತ್ತಮರೆನಿಸಿದರು ಕಣಾ
ನೀವು ಸಹ ನಮಗೆ ಛಾತ್ರರೆಂದೇ ಗಣಿಸಿ
ಅನುಗ್ರಹಿಸುವೆವಪಾರ ವಾತ್ಸಲ್ಯ ಸುರಿಸಿ
ಧನವ ನೆರಪುವ ದಾರಿತೋರುವೆ ನಿರಾಯಾಸ
ಇಲ್ಲದೊಂದು ರಸದ ಬಾವಿಯದೆಂಥ ಬಲ್ಲಿದಗು
ಬೆರಗು ನೀ ರಸವಿದ್ಯಾವಿದನಪ್ಪುದನರಿತೆ

ಚಾರು: ಮುಟ್ಟಿದುದನು ಚಿನ್ನ ಮಾಡುವ
ರಸಸಿದ್ಧಿಗೆ ಮೋಸದಾ ರಸವಿದ್ಯೆಗೆ
ಬಹುದೂರನು ನಾನು

ಗುಂಪು–4: ಚಾರುವಾಕ್ಕಿಗೆ ತವಸಿ
ಅವಾಕ್ಕುಗೊಂಡನು

ಪೂರ್ಣಯಕ್ಷಿ: **(ತನ್ನಲ್ಲೆ ಯೋಚಿಸಿದನು)**
ವಶ್ಯನಾಗನದೆಂತು
ಋಜುಪಥದಲೀತನು
ಮೋಸಗೊಳಿಸಲೆ ಬೇಕತಿ
ಸಾಚನಾದವಗೆ

ಪೂರ್ಣಯಕ್ಷಿ: **(ಪ್ರಕಾಶ)** ಶಹಬ್ಬಾಸ್
ಮಗನೆ ಚಾರು,
ಸಮನಾರು ನಿನಗೆ
ನಾನೊಡ್ಡಿದ ಪ್ರಥಮ

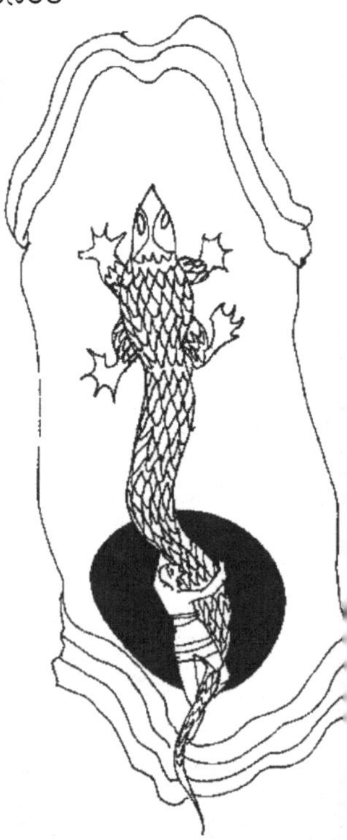

ದಿವ್ಯದಲಿ ಗೆಲಿದೆ ನೀ ಇನ್ನೀಗ ದ್ವಿತೀಯ
ಸೋಪಾನವೇರಲು ಮುನ್ನಡೆಸುವೆ, ನಡೆ ನನ್ನೊಡನೆ

ಗುಂಪು–5: ನಿಬಿಡ ಕಾಡುದಾಟಿ ಬೆಟ್ಟಬುಡದಲ್ಲಿ ದಟ್ಟ ಪೊದೆ
ಬೆಳೆದು ನಿಂತ
ಆ ಕೂಪ ನಿಕಟಕೆ ಬಂದು ನಿಂದು ನುಡಿದನು

ಪೂರ್ಣಯಕ್ಷಿ: ಶಿವಸಾಯುಜ್ಯಕ್ಕೆಂದು ವ್ರತ ಕೈಗೊಂಡು
ಅದರ ಸಮಾಪ್ತಿಗೀ ರಸಬಾವಿಯ ಪಾದರಸಕಾಗಿ
ಅನಂತ ನಿರೀಕ್ಷೆಯಲಿ
ಕೂಪದ ಅಗಾಧತೆಗೆ ಅಳ್ಕಿ ಬಳ್ಕಿ ತಡೆದಿಹೆನು
ವ್ರತಚ್ಯುತಿಗೊಳ್ಳದೆಯೆ ಪೂರೈಸಲು ಬೇಕು
ಮುಕ್ಕಾದರೀ ನೋಂಪಿ, ಆತ್ಮಹತ್ಯೆಯೆ ಗತಿ,
ಉಪಕರಿಸುವೆಯ ಪರೋಪಕಾರ
ಬುದ್ಧಿಯಲೆದ್ದುಬಂದವನೆ?

ಚಾರು: ಯತಿವರಗೆ ನೆರವಾಗುವೆ, ಕೈಗೊಳುವೆ ಕಾರ್ಯವ

ಪೂರ್ಣಯಕ್ಷಿ: ಈ ರಾಟಳದ ನೇಣನು ಹಿಡಿದು ವಾಪಿತಳಕೆ ಇಳಿದಲ್ಲಿ
ದಡದಲೆ ನಿಂತು ಕುಳಿಯಲಿ ತುಂಬಿಹ
ಸಿದ್ಧರಸವ ಕೈಯಲಿ ಮುಟ್ಟದೆಯೆ ಮಡಕೆಯ ಚೂರಿಂದ
ಸೋರೆಬುರುಡೆಗೆ ತುಂಬಬೇಕೈ
ಬಳಿಕದರ ಮುಚ್ಚಳವ ಬಿಗಿದಿಟ್ಟು ಹಗ್ಗದ ಕುಣಿಕೆಗೆ
ಬಿಗಿದು ಕಟ್ಟು
ಮೇಲಿಂದ ಸೇದಿಕೊಳುವೆನು. ಮರಳಿ
ನೇಣನಿಳಿಯಬಿಡುವೆನು
ದೃಢವಾಗಿ ಮೇಲಕೆ ಬರುವುದುಂಟು.

ಗುಂಪು–1: ಅಂತೆಯೆ ಚಾರು ಬಾವಿಗಿಳಿದನು ಪಾತಾಳ ಲೋಕಕೆ
ಎಂಬಂತೆ

ಗುಂಪು–2: ಸೊಂಟದಲಿ ತೂಗಿಟ್ಟ ಅಲಾಬು ಗುಂಡಿಗೆಗೆ ಬೆಳ್ಳಗೆ
ತೊಳಗುವ ರಸವನು ಮಡಕೆಯ ಚೂರಲಿ
ಮೊಗೆಮೊಗೆದು ತೀವಿಸಿ ಮುಚ್ಚಳವ ಬಿಗಿದಿಟ್ಟಾಗ

ಗುಂಪು–1: ಬಾವಿಕಟ್ಟೆಯ ಮೇಲೆ ಪೂರ್ಣಯಕ್ಷಿ ನಿಂತವನು
ಹೊರಸೂಸದ ತೆರ ಸೋರೆಯ ಸೇದಿಕೊಂಡನು

ಗುಂಪು–2: ಮರಳಿ ನೇಣನು ಕೆಳಗಿಳಿಯ ಬಿಡದ ಪೂರ್ಣಯಕ್ಷಿ
ಪಾದರಸ ಸಹಿತ ದಾರಿ ತೊರೆದು ತೆರಳಿದನು

ಚಾರು: ತಾಪಸನೆ, ನೇಣನು ಇಳಿಬಿಡು, ಬೇಗ ಹತ್ತಿ ಬರುವೆನು
ಮತ್ತೆ ಪಾದರಸ ಬೇಕೆನಿಸಿದರಷ್ಟು ತುಂಬಿ ಕೊಡುವೆ

ಗುಂಪು–1: ಹಗ್ಗ ಬರುವುದನೆ ಕಾದು ಪದೇ ಪದೇ ಕೂಗಿದರು
ಹಗ್ಗ ಬರಲಿಲ್ಲ, ಮರಳಿ ಓಗೊಡಲಿಲ್ಲ ಋಷಿ

ಗುಂಪು–2: ನಂಬುವುದು ಕಟುಕನನೆ ಕುರಿ ಎಂಬ ತೆರನಾಯ್ತು

ಚಾರು: ಮೋಸಗಾರನೊ ಮುನಿಯು ನಾನೆ ಕಡು ಮೂರ್ಖನೊ
ಇನ್ನೇಕೆ ಚಿಂತಿಸಲಿ ಇದೆನ್ನ ಕರ್ಮಪಾಕ

ಗುಂಪು–1: ತನ್ನ ಪಾಡಿಗೆ ತಾನು ಗುಣುಗುಣಿಸುತಿದ್ದಾಗ
ಅಲ್ಲಿಯೆ ಬದಿಯಲಿ ಬಿದ್ದು ನರಳುತಲಿದ್ದಾತ–

ಆತ: ಅಣ್ಣಾ ತೊರೆಯದಿರೀ ಹರಣ ಆತುರದಲಿ
ಪಾರಾಗಿ ಹೋಗಲು ಉಪಾಯವುಂಟಿಲ್ಲಿಂದ

ಚಾರು: ತಮ್ಮಾ, ಕತ್ತಲಲಿ ಹಣತೆ ಹಚ್ಚಿದ ಜೀವ ನೀನು
ನಿನಗೆ ದಕ್ಕದುಪಾಯ ಎನಗದೆಂತು ಸಾಧ್ಯ?

ಆತ: ಹೇಳುವೆನೆನ್ನ ವ್ಯಥೆಯ ಕತೆಯ
ತೆಂಕಣದ ವೈಶ್ಯನೈ ನಾನು. ಹಣದ ಗಳಿಕೆಗೆಂದಿನಿತು ದೂರದ ವರೆಗೆ
ನಡೆದೀ ಗೊರವನ ಬೋನಿಗೆ ಸಿಕ್ಕಿಬಿದ್ದೆನು
ಹೊನ್ನರಾಶಿ ಕೊಡುವಾಮಿಷತೋರಿ ವಾಪಿಯಾಳದೊಳಿಳಿಸಿ
ತನ್ನ ಪಾಡಿಗೆ ತಾನು ಪಾದರಸದ ಬಿರಡೆ ಹಿಡಿದು ನಡೆದನು
ಕೂಪದಲಿ ಕೊಳೆಯುತ್ತ ಬಾಯಾರಿ ನೀರೆಂದು
ಭ್ರಮಿಸಿ ಕೈಯಿಂದ ರಸವ ಮೊಗೆಯಲು

ಮುರುಟಿದವು ಎರಡು ಕೈಗಳು ಕೊಳೆತು ಮೈಬಾತು
ಸೋತು ಏಳಲಾರದಾದೆ

ಚಾರು: ನಿನ್ನ ಸಂಗತಿಗೆ ಮೈ ನುಲಿಯುತಿದೆ
ನೀನೂ ಸಹ ಹೊರಗೆ ಬರಲುಂಟೆ ಬೇರೆ ಮಾರ್ಗ?

ಆತ: ಉಳಿಸಲಾರನು ಯಮನು ಆಯು ಮುಗಿದವನನು,
ಚಿಂತಿಸದಿರೀ ಹಣ್ಣೆಲೆಗೆ,
ಸಾವಧಾನದಲಿ ಲಾಲಿಸು, ದಿನಕೊಮ್ಮೆ
ಬರುವುದೊಂದು ಹಿರಿದಾದ ಉಡವು
ಪಾದರಸ ಪಾನವದಕೆ ಬಲುರುಚಿಯ ಆಹಾರ
ಗಟ್ಟಿಯಲಿ ಹಿಡಿದರೆ ಉದ್ದದಾ ಬಾಲವನು
ಸುಲಭದಲಿ ಸೇರುವೆ ಕೂಪದಾಚೆಯ ನೆಲವನು

ಗುಂಪು–2: ನುಡಿಯುತಿರುವಂತೆಯೆ ಆತ ಕಂಠಗತ ಪ್ರಾಣನಾದನು.
ಒಡನೆಯ ಚಾರು ಪಂಚ ನಮಸ್ಕಾರ ಪಠಿಸಿದನು.

ಹಾಡು/ಭಾಗವತಿಕೆ: ಅದೆಕೊ ಅದಿಗೊ ಆಹಾ ಗುಡ್ಡ ಬಂದಿತೇನು
ಭ್ರಾಂತಿಜನಕವಿದು ಅಸಮ ತೋರಗಾತ್ರದ ಉಡನು
ಬಂದಾ ರಸವನುಂಡು ಮೇಲೆ ನೆಗೆಯಲು ಅದರ
ಬಾಲವನು
ಬಾಲಕನು ಅಮ್ಮನ ಕೈ ಹಿಡಿದಂತೆ ಬಿಗಿಯಲಪ್ಪಿರಲು
ಕಲ್ಲುಹೆಂಟೆ ಇಟ್ಟಿಗೆ ಚೂಪು ಮೊನೆಯ ತರಚಿ
ಬಲುಗಾಸಿಗೊಳುತ ಸಾಹಸಿ ಸಹಿಸಿ
ಯಮಪುರಿಯಿಂದ ಜಾರಿ ಹರಿದಂತೆ, ಮರುಹುಟ್ಟು
ಪಡೆದಂತೆ
ಉಡದ ನಿಡುತೋಕೆಯನು ಬಿಡದೆ ಹಿಡಿದು
ಹೊರಬಂದನು.

(ಬಸವಳಿದು ಕುಳ್ಳಿರಲು)

ಗುಂಪು–1: ಬನ್ನಿ, ಬನ್ನಿರೈ ಇಲ್ಲಿಹನು ಚಾರುದತ್ತ, ನಮ್ಮ
ಪರಮ ಮಿತ್ರ..

ಚಾರು: ಅರೆ, ಇದಾರು ಬಂದಿರಿ? ಹರಿಸಖ, ಗೋಮುಖ, ವರಾಹಕ...ರುದ್ರದತ್ತ, ಮಾವ.....

(ಎಲ್ಲರೂ ಚಾರುದತ್ತನ ಮೇಲೆ ಮುಗಿಬಿದ್ದು ತಬ್ಬುವರು)

ಗುಂಪು-2: ಆರು ವರುಷ ಕಳೆದರೂ ನೀ ಮರಳಿ ಬಾರದಿರಲು
ನಿನ್ನ ಮಡದಿಯರಾದ ಮಿತ್ರೆ, ವಸಂತರು
ತಾಯಿದೇವಿಗೆ ಮೊರೆಯಿಟ್ಟರು

ಗುಂಪು-3: ಅವರು ನಮ್ಮನು ಕರೆದು, ನೀವವರ ಸಖರೆ,
ಚಾರುವ ಹುಡುಕಿ ತನ್ನಿ ಎಂದರು

ಗುಂಪು-4: ಮಹಲಿನೊಳಗೀಗ ನಿನ್ನ ಮಕ್ಕಳ ಕೇಕೆ ನಲಿದಾಟ
ಕಂದರು ಕಾಣರಿನ್ನೂ ತಂದೆ ಮೊಗವ
ಚಂಪೆಯ ಪೌರರೆಲ್ಲ ಕಾಯುತಿಹರಲ್ಲಿ

ರುದ್ರದತ್ತ: ಗಂಟುಮೂಟೆಯ ಕಟ್ಟು ಊರ ಪಯಣಕ್ಕಾಗಿ

ಚಾರು: ಅಮ್ಮ ಕ್ಷೇಮವೆ? ಮಿತ್ರೆ ಕುಶಲವೆ? ವಸಂತ ಹದುಳವೆ?
ಮುದ್ದು ಮಕ್ಕಳ ಲೀಲೆ ವಿನೋದ ಹದನು ಹೇಳಿ

ಗುಂಪು-5: ಕೇಳಿದ್ದೆ ಕೇಳುವನು ಹೇಳಿದ್ದೆ ಹೇಳುವನು

ರುದ್ರದತ್ತ: ನೀನು ಊರು ತೊರೆದಂದಾಗ ಆರು ತಿಂಗಳ ಬಸುರಿ ವಸಂತ ತಿಲಕೆ
ಮೂರುತಿಂಗಳ ಬಸುರಿ ಮಿತ್ರಾವತಿ
ನವಮಾಸ ತುಂಬಿ ವಸಂತ ಹಡೆದಳು ಮಗನ
ಮತ್ತೆ ಮೂರು ಮಾಸಗಳತ್ತಲುರುಳುವಂತೆ
ಮಿತ್ರಾವತಿ ಹೆತ್ತಳು ಕುವರಿಯ
ಆನಂದತುಂದಿಲರಾದರು ಮನೆಮಂದಿಯೆಲ್ಲ
ಆದರೇನು? ನಿನ್ನ ಕಾಣಲು ಹಂಬಲಿಸಿ ಬಸವಳಿದಿಹರು.
ಚಾರುಮಾರ ಪಾತಾಳಹೊಕ್ಕರೂ ಬಿಡದೆ ಅರಸಿ
ಕರೆದು ತರುವೆವು ನಾವು. ಉಬ್ಬೆಗವೇಕೆ?
ಎಂದು ಮಾತಿತ್ತು ಅರಸುತ್ತ ಬಂದೆವಿಲ್ಲಿಗೆ.

ಗುಂಪು-2: ನೆಚ್ಚಿನ ಆಪ್ತ ಮಿತ್ರನೆ, ಸಾಕು ಜೈತ್ರಯಾತ್ರೆ
ತಾಯಿ ಮಡದಿ ಮಕ್ಕಳನಂತ ನಿರೀಕ್ಷೆಯಲಿಹರೈ
ಹಿಂದಿರುಗು ಚಂಪೆಗೆ ನಡೆ

ಚಾರು: ಕ್ಷಮೆಯಿರಲಿ ಮಿತ್ರರೇ, ಕೈಗೊಂಡ ಪುರುಷವ್ರತ ಕೈಗೂಡಿದೊಡನೆಯೆ

ದಾಟಿ ಬರುವೆನು ತಾಯ ಮಡಿಲಿಗೆ ಚಂಪೆಯೆಡೆಗೆ

ನೀವಿನ್ನು ಊರಿಗೆ ಮರಳಿರಿ ಕ್ಷೇಮವಾರ್ತೆಯನೆಲ್ಲ ನಿವೇದಿಸಿರಿ ಮಡದಿಮಕ್ಕಳು ಮನೆಯವರಿಗೆಲ್ಲ ಧೈರ್ಯ ತುಂಬಿರಿ, ಚಾರು ಬರುವನು ಬೇಗ

ರುದ್ರದತ್ತ: ನಿನ್ನ ಕರೆತರಲೆಂದು ಬಂದುದು ದಿಟ

ನಡುನೀರಿನಲಿ ತೊರೆದು ಹೋಗುವ ಸ್ವಾರ್ಥದವರಲ್ಲ

ಗುಂಪು–4: ಕಷ್ಟವೋ ನಷ್ಟವೋ ಒಟ್ಟಿಗೆ ಇರುವವರು ನಾವು

ಮುಂದಣ ಪಯಣ ಸಾಹಸಯಾನಕೆ ನಿನಗೆ ಜೊತೆ

ಚಾರು: ಹಾಗಾದರೆ ಹೊರಡೋಣ ರತ್ನದ್ವೀಪದೆಡೆಗೆ. ಮಾವಾ..

ರುದ್ರದತ್ತ: ಹ್ಞೂಂ, ನಡೆ

(ಚೆಂಡೆಯೊಂದಿಗೆ ನಿರ್ಗಮನ)

ದೃಶ್ಯ-17 ರತ್ನದ್ವೀಪದ ದಾರಿ

ಚಾರು: ಕ್ಷಮಿಸಿ, ಪಾರಸಿಕರೇ, ರತ್ನದ್ವೀಪದ ದಾರಿಯಾವುದು? ತಿಳಿಸುವಿರಾ?

ಪಾರಸಿಕ: ರತ್ನದ್ವೀಪಾನ್ವೇಷಣಕೆ ಬಂದವರು ಬಹಳ ಜನ
ಯಾನ ಮುಗಿಸಿ ಮರಳಿ ಬಂದವರ ಕಾಣೆ ನಾ
ಅದೋ ಆ ಹೋತದ ಹಾದಿಯಲಿ ಹೋಗುವುದದು ಭಯಂಕರ
ಪರ್ವತಾಗ್ರದಲಿ ಮೇಲಕೆದ್ದು ನಿಂತಿರುವ ನೀಳ ಶಿಲೆಯ ಇಬ್ಬದಿಯಲಿ
ಎರಡು ಬಂಡೆಗಳೆ ಗೋಡೆಯು
ನಟ್ಟನಡುವೆ ಪಾತಾಳ ಬಿಲದ ಕಮರಿಯುಂಟು
ಎತ್ತರದ ಶಿಲೆಯುದ್ದಕೂ ನಾಲ್ಕು ಬೆರಳಗಲದ
ದುರ್ಗಮ ಮಾರ್ಗವಿದೆ. ಅದಕೆ ಹೆಸರೆ ಅಜಪಥ.
ಅಜಪಥವಿಡಿದು ನಡೆಯುವ ಮಹಾತ್ಮನನು
ಜಗದೊಳು ಇದುತನಕ ಕಂಡುದಿಲ್ಲ

ಚಾರು: (ಕೈಮುಗಿದು) ಆಗಲಿ ನೋಡೋಣ ಬನ್ನಿ

ಗುಂಪು–1: ಪಾರಸಿಕನಿಂದ ಅನ್ಯ ಉಪಾಯವನರಿತ ಚತುರ ರುದ್ರದತ್ತ
ಹಳ್ಳಿಯ ಹಟ್ಟಿಯಿಂದ ಕೊಬ್ಬಿ ಬೆಳೆದಂಥ ಎಳು ಹೋತಗಳನು ಕೊಂಡನು

ಗುಂಪು–2: ಆ ಹೋತಗಳಿಗೆ ನಿತ್ಯ ನಾಲ್ಕು ಬೆರಳಗಲ ಹಾದಿಯಲೆಚ್ಚರದಿ
ನಡೆವುದನು ಕಲಿಸಿದನು
ಬಾಯೊಳಗೆ ಕಡಿವಾಣವನಳವಡಿಸಿ
ಹಲ್ಲಣವ ಹೊಟ್ಟೆಗೆ ಬಿಗಿದು ನಡೆಯಿಸಿ ನೋಡಿದರು

ಗುಂಪು–3: ದ್ವೀಪಗಮನದ ಉಪಾಯವನರಿತು
ಒಂದು ದಿನ ಬೆಳಗಪ್ಪ ಜಾಮದೊಳೆದ್ದು
ತರಬೇತನಿತ್ತು ಸೊಂಪಾಗಿ ಬೆಳೆಸಿದ ಗಂಡಾಡುಗಳ ಜತೆಯಲಿ
ಇಕ್ಕೆಲವು ಕಿರಿದಾದ ಕಡುನಿಡಿದು ಬೆಟ್ಟವನೇರಿ,
ಅಲ್ಲಲ್ಲಿ ನಿಂತು ಎದೆಗುಂದದೆಯೆ ತಲುಪಿ ಬೆಟ್ಟದ ತುದಿಯಲಿ ನಿಂತು
ಸುತ್ತ ಕಣ್ಣಾಡಿಸಿ ನೋಡಿದರು ಎದೆ ನಡುಗಿಸುವ
ಹೈಮೋನ್ನತ ಶೃಂಗದ ಅಜಪಥವ.

ಚಾರು: ನನಗಾಯುವಿನ್ನೂ ಗಟ್ಟಿಯಿದ್ದರೆ ಮರಳುವೆ
ಆಯು ತೀರಿದ್ದರೆಲ್ಲಿದ್ದರಲ್ಲೆ ಸಾಯುವೆ.

ಗುಂಪು–1: ಕಡಿವಾಣವ ಹಾಕಿ ಹಲ್ಲಣವನಿಟ್ಟು
ಸತ್ವಯುತ ಹೋರಿಯನೇರಿ ಚಾರು ಹೊರಟೇ ಬಿಟ್ಟ.

ರುದ್ರದತ್ತ: ನಿಲ್ಲು! ನೀನಾದುದ ನಾವಾಗುವೆವು. **(ಮಿಕ್ಕವರಿಗೆ)** ಬನ್ನಿ

ಚಾರು: ಆತ್ಮಸಂಗಾತರೆ ನೀವು ಬರುವುದೇಕೆ?
ಹೋಗಿಬರುವೆನು ನಾನು ಏಕಾಂಗಿ ವಿಜಯಿಯಾಗಿ
ಈ ಕ್ಲಿಷ್ಟಕರ ದಾರಿಯನ್ನೊಮ್ಮೆ ಪರೀಕ್ಷಿಸುವೆನು
ಇಲ್ಲೆ ಇರಿ ನೀವು, ಅಲ್ಲಿಯ ತನಕ

ಗುಂಪು–1: ದುಷ್ಕರ ಕಿರಿದು ಅಜಪಥವನು ಹಿಡಿದು ಹೋಗುತ
ಮುಂದೆ ಕಂಡನ್ ಅನತಿದೂರದಲೊಂದು ವಿಶಾಲ ಸಮತಲವನು

ಗುಂಪು–2: ಒಡನೆ ಮೂಡಿತು ಗೆಳೆಯರನು ಕರೆತರಲು ವಿಶ್ವಾಸ

ಗುಂಪು–1: ಚಾರುದತ್ತನು ಮರಳಿ ಬರುತಿರಲು ಗೆಳಯರತ್ತ

ಹಾಡು/ಭಾಗವತಿಕೆ: ಇತ್ತಲಾ ಆರು ಮಂದಿಯು ಹೋತ ಹತ್ತಿ ಕುಳಿತು
ತನ್ನತ್ತಲೆ ಎದುರು ಬರುವುದು ಕಂಡು
ಹುಟ್ಟಿತು ಭೋಂಕನೆ ಶಂಕೆ
ಅಸಾಧ್ಯವಿಬ್ಬರಿಗೂ ಒಂದೆ ಕಿರುದಾರಿಯಲಿ
ಹಿಂದೆ ಸರಿಯುವುದೆಂದೆನುತ

ರುದ್ರದತ್ತ: ಸಾವಲ್ಲದೆ ಎಮಗೆ ಬೇರೆ ದಾರಿಯಿಲ್ಲ ದುಸ್ತರವಾಯಿತ್ತೈ

ಚಾರು/ಭಾಗವತಿಕೆ: ಇಂತಪ್ಪ ಭಯಾನಕ ಪಥದಲೇಕೆ ಬಂದಿರಿ
ನೀವೀಗ ಹೇಗೆ ಮರಳುವಿರೈ ಜೀವ ಸಹಿತ?

ರುದ್ರದತ್ತ: ನಿನ್ನ ಹಿಂಬರುವಿಕೆಯು ವಿಳಂಬವಾಗಲು ಚಿಂತೆ
ಹತ್ತಿತು ಮನಕೆ ತಡೆಯದೆ ಹೊರಟು ಬಂದೆವು

ಚಾರು: **(ಸ್ವಗತ)** ನಿಜವೆ ಇವರ ಸ್ಥಿತಿಗತಿಗೆ ವಾತ್ಸಲ್ಯವೆ ಹೊಣೆ
ನನ್ನ ಹಿತ ಚಿಂತಕರಿವರ ಕಾಪಿಡುವೆ ಮೊದಲು

ಗುಂಪು–1: ಬೇರು ಹೋಯಿತು ಇನ್ನೇಕೆ ಮರದ ಯೋಚನೆಯು

ಗುಂಪು–2: ನಮ್ಮಂಥ ಪಾಮರರು ಹತ್ತು ಹಲವು ಕೋಟಿ
ಚಾರುಥರದುನ್ನತರು ಜಗದೊಳಪರೂಪರು

ಗುಂಪು–1: ನಾವು ಸಾವುದೆ ಲೇಸು ಪುರುಷನುಳಿಯಲಿ ಚಾರು

ಚಾರು: ಆಯುವಿನ್ನೂ ಉಳ್ಳಾತನೆಂದೂ ಸಾಯಲಾರನು

ಗುಂಪು: ನಿಲ್ಲು ಚಾರು, ಇದೇನು ಮಾಡುತ್ತಿರುವೆ?

ಹಾಡು/ಭಾಗವತಿಕೆ: ಚಾರು ತನ್ನೆಡಗಾಲನು ಹತ್ತಿಕ್ಕಿ
ಬಲಗಾಲಿನ ಉಂಗುಟ ಚಾಚಿ
ಹೋತದೆದೆಗೆ ತಿವಿಯುತ
ಚಂಗನೆ ಎಡಗಡೆಯ ಕಡಿವಾಣವ ಹಿಡಿದೆಳೆದು
ಅಪರಾವೃತ್ತಿ ಲಂಘನದಲೆತ್ತಿ ತಿರುಗಿಸಿ
ಮುಂದಣ ಕಾಲುಗಳನು ನೆಗಪಿ ಗಂಡಾಡನು ಹಿಂತಿರುಗಿ
ನಡೆಸಿದನು ಕಿರುಹಾದಿಗೆ ಮರಳಿ

ಗುಂಪು–2: ಆ ಕೌಶಲ್ಯಕೆ ಸಮಯೋಚಿತ ಸ್ಫೂರ್ತಿಗೆ
ರುದ್ರದತ್ತಾದಿಗಳೆಂತೋ
ಅಂತೆಯೆ ಬಾನವರು ಕೈಪರೆಗುಟ್ಟಿ ಹಿಗ್ಗಿದರು.

ಗುಂಪು–1: ಮರಳಿ ವಿಶಾಲ ಸಮತಲದ ನೆಲದಲಿ
ಅಜವಾಹನದಿಂದಿಳಿದರೆಲ್ಲರು.
ಚಾರು ಕರುಣಿಸಿದ ಮರುಜೀವಣಿಗೆ ನಲಿನಲಿದರೆಲ್ಲರು.

ಗುಂಪು–2: ದೂರದಲೊಂದು ಕಾಸಾರ ಕಾಣಿಸಲು
ಮಿಂದು ಮಡಿಯುಟ್ಟು ಬರಲೆಂದು ಮುನ್ನಡೆದರು

ಗುಂಪು–1: ಆ ಹೊತ್ತಿಗೆ ಇತ್ತ ಪಾರಸಿಕ ನುಡಿದಂತೆಯೆ ರುದ್ರದತ್ತನು
ಏಳುಹೋತಗಳನು ತಲೆಗಡಿದು ಹೊಟ್ಟೆಯ ಬಗಿದು
ತಿದಿ ಮಾಡಿಟ್ಟು
ಹೊಲಿದನು ಸನ್ಮಿತ್ರನಾಗಮನ ಆಕಾಂಕ್ಷೆಯಲಿ

ಹಾಡು/ಭಾಗವತಿಕೆ: ಕರುಣಾಸಾಗರ ಚಾರು ಅಜಗಳ
ಸಮೂಹ ಹತ್ಯೆಗೆ ಕುಸಿದನೆದೆಕರಗಿ

ಚಾರು: ಹಾ, ಇದೇನ ಗೈದಿರಿ? ನಮ್ಮ ನೆರವಿಗೆ ಬಂದ
ಆಪತ್ಬಾಂಧವರನು
ಮೂಕಪ್ರಾಣಿಗಳನು ದಯೆಯಿರದೆ ಕೊಂದಿರೆ?
ಯಾವ ಪುರುಷಾರ್ಥಕಿಂಥ ಪಾಪವನೆಸಗಿದಿರಿ
ಕಾಡು ಮೃಗಗಳಿಗು ಕ್ರೂರರೀ ಕೊಲೆಗಡುಕರು
ರುದ್ರದತ್ತನೊ ಕ್ಷುದ್ರದತ್ತನೊ ಹರಣಹಾನಿಯು ತರವೆ?

ಗುಂಪು–1: ಗೆಳೆಯರೆಲ್ಲರು ತಲೆ ಬಾಗಿ ನಿಂದಿರಲು ರುದ್ರದತ್ತನು
ಬಾಯ್ದೆರೆದನು

ರುದ್ರ: ಬರುವ ಪಾಪವದೇನೆಲ್ಲವು ನನಗಿರಲಿ ಬಿಡು
ಪಾರಸಿಕನುಪದೇಶವನದೆಂತು ಮರೆಯಲಾಗ
ಹಿಡಿದ ಕಾರ್ಯವ ಬಿಡನು ಮಹಾಪುರುಷನೆಂದಿಗು
ಎಂಬ ವಾಕ್ಯಾರ್ಥವನವಲಂಬಿಸಿ ನಡೆಯೋಣ

ಗುಂಪು–2: ಎಲ್ಲರು ಸಮ್ಮತಿಸಲೊಲ್ಲದ ಮನಸಿನಲಿ ಸಮ್ಮತಿಸಿದರು
ಚಾರು ಹೋತದ ನೆನಪಿಗೆ ಪಂಚನಮಸ್ಕಾರ ಪಠಿಸಿ
ಮೌನದಲಿ ಮಲಗಿದನು

	ಇದೆ ತಕ್ಕ ಸಮಯವೆನುತ ಗೆಳೆಯರು ಚಾರುವನು ಒಂದು ತಿದಿಯೊಳಗೆ
	ಮಲಗಿಸಿ ಹೊಲಿದಿಟ್ಟರು.
ಗುಂಪು–1:	ಉಳಿದಾರು ತಿದಿಗಳಲಿ ರುದ್ರದತ್ತಾದಿಗಳು ಮಲಗಿ
	ತಮ್ಮೊಂದಿಗೆ ಮಸೆದ ಕತ್ತಿಯ ಹಿಡಿದು
	ಹೊಲಿದು ಕೊಂಡರೈ ಗುರುತು ಕಾಣದಂತೆ ಹೊರಗೆ
ಗುಂಪು–2:	ಹಾರಿಬಂದವು ಎಂಟು ಭೇರುಂಡ ಪಕ್ಷಿಗಳು
	ಕಡಲ ಕಡೆಯಿಂದಲತಿ ಕಡು ವೇಗದಲಿ ಅವುಗಳು
ಗುಂಪು–1:	ಸಮತಟ್ಟಾದ ನೆಲದಲಿ ಹೊಲಿದು ಮಡಗಿದೇಳು
	ತೊಗಲ ಚೀಲವ ಕಂಡು ಹಿರಿದು ಮಾಂಸದ ಮುದ್ದೆಯೇ ಸಿಕ್ಕಿತು
	ಸಿಕ್ಕಿತೆಂದಾಸೆ ಪಡುತ ತೊಗಲ ಚೀಲವ ಕಚ್ಚಿ ಹಾರಿತು ರತ್ನದ್ವೀಪದತ್ತಣಿಗೆ!

	ಚೀಲ ಸಿಗದೆ ಚಡಪಡಿಸಿದೊಂದು ಪಕ್ಷಿಯು ಮರಳಿ ನಭಕೆ ಮಿಕ್ಕವುಗಳ ಬೆಂಬತ್ತಿ ಹಾರಲ್ ಚಾರುವಡಗಿದ ತಿದಿಯ ಕಚ್ಚಿದ ಒಕ್ಕಣ್ಣಿನ ಹಕ್ಕಿಗೆ ಮುಖಾಮುಖಿ ತಾಗಿರುತ ಕಣ್ಣಿರದ ಕಡೆಯಿಂದ ಚಾರುವಿರುವ ತಿದಿಯನಿಂತು ಕೆಡೆಯುವ ಹಿಡಿಯುವ ಪಡೆಯುವ ಭೇರುಂಡಗಳಾಟಗಳಲಿ ಕುರುಡುಗಣ್ಣಿನ ಪಕ್ಷಿಯದು ಮೇಗೆ ನೆಗೆಯದೆ ಸೇದೆಗೆಟ್ಟು ತಿದಿಯನು ಬಿಸುಡಲದು ಕೆಳಗೆ ಜಾರಿ ಕಡಲಿನ ನಡುವಣ ಕಿರು ಕುರುವದ ಕೆಲದಲಿ ಕುಸಿದು ಬಿದ್ದಿತು ದೊಪ್ಪೆಂದು
ಗುಂಪು–2:	ತಿದಿಯೊಳಗೆ ಹುದುಗಿದ ಚಾರು ತಿದಿಯನು ಸೀಳಿ ತೆರೆದರೆ ಗೆಳೆಯರೊಬ್ಬರೂ ಕಾಣದಿರೆ ದಿಕ್ಕು ತೋಚದೆ–
ಚಾರು:	ಅರೆ! ಎಲ್ಲಿಹೆನು ನಾನೀಗ? **(ಅತ್ತಿತ್ತ ಓಡಾಡಿ)** ಇನ್ನೆತ್ತ ಪಯಣಿಸಲಿ? ಏನಿದಚ್ಚರಿ? ಕರ್ಮ ನಿರ್ಮಿಸುವ ವಿಪಾಕವಿದು. ಹೋರಿಗಳ ತಲೆ ಕಡಿದುದಕೆ ದಂಡವು, ಸಾಯುವಾಟವನಾಡಿದರು ಬಾಳುವುದು ತಪ್ಪಿಲ್ಲ. **(ಸುತ್ತ ನೋಡಿ)** ಓ ಕಾಣುವೆತ್ತರದ ಬೆಟ್ಟವನೇರಿ ನೋಡುವೆ! **(ಹೋಗುವನು)**
ಭಾಗವತ:	ಬೆಟ್ಟವೇರಿದ ದಿಟ್ಟ ಧೀರನದೊ ಆ ಪರ್ವತಕೆ ಅಪೂರ್ವ ಪರಮ ಸಂತರೆನೆ ಕಂಡು ಬೆರಗುಗೊಂಡನು ಚಾರು, ಚಾರಣ ಮುನಿದರ್ಶನಕೆ **(ತಾಪಸರ ಬಳಿಸಾರಿ ನಮಿಸಿದನು)**
ಗುಂಪು–2:	ನಿರುಪಮ ಅವಧಿ ಜ್ಞಾನಿ ಚಾರಣಮುನಿಗಳು ಆತನ ತೆರನರಿದು–

ಚಾರಣಮುನಿ: ಭಾನುದತ್ತ ಸೆಟ್ಟಿ ತಪಸ್ಥರಾದುದಕೆ,
ಇಂಥದೊಂದು ಅವಸ್ಥೆಯಾದುದಕೆ
ಸಂಸಾರಸ್ಥಿತಿ, ಈ ವಿಕಾರಕೆ ಉಬ್ಬೆಗವ ಪಡುವುದೇಕೆ?

ಚಾರು: ತಪೋಧನರೆ, ತಾವು ಈ ಮೊದಲು ಕಂಡುದಿಲ್ಲ
ನನ್ನೀ ವೃತ್ತಾಂತ ವಿದಿತಮಾದುದೆಂತು?

ಚಾರಣಮುನಿ: ನಿಮ್ಮೂರ ರಜತವಾಳುಕಾ ತೊರೆಯ ದಡದಲಿ
ಭೌಮವಿಹಾರಕೆ ಆಗಮಿಸಿದೆವಂದು ನಾವು
ಹಗೆಗಳ ವಂಚನೆಗೀಡಾಗುತ ಕೈಗೆ ಕಾಲಿಗೆ ಬಡಿದ
ಕೀಲಣೆಗೆ ಹರಣ ಹೋಗುವ ಹೊತ್ತಿನಲಿ
ನೀ ಬಂದು ಬಿಡಿಸಿದೆ ಸೆರೆಯನು ಬಂಧುವೆ. ನಾ
ವಿದ್ಯಾಧರನ್ ಅಮಿತಗತಿಯ್ಯೆ.
ಅಂದಿನೆನ್ನ ಸೌಭಾಗ್ಯವತಿಯನಪಹರಿಸಿದ
ಖೂಳರನ್ ಬೆನ್ನಟ್ಟುತ ವೇಗದಲಿ ಬರಲು,
ನಾನಿಲ್ಲಿ ತಿರೆಯಲ್ಲಿ ಅಳಿದೆನೆಂದೆಣಿಸಿದ ನಲ್ಲೆ
ಕರ್ಪೂರದಂದದಲಿ ಮರೆಯಾದಳಲ್ಲಿಂದ
ನಾನಲ್ಲಿಗೆ ತಲುಪುವುದು ತಡವಾಗಿ ಕೈಮೀರಿದುದೆಲ್ಲ
ಏಳುಬೀಳಿನೀ ಬಾಳಿನ ಗೋಳಿಗೆ ನನಗೆ ನಿರ್ವೇಗವು
ಹುಟ್ಟಿತದಕೆ ತಪಂಬಟ್ಟೆ
(ಗಂಟಾನಾದ– ಶಂಖನಾದ)
(ಸಿಂಹಗ್ರೀವ ಮತ್ತು ಕುಸುಮ ಶೇಖರ ಜೊತೆಯಾಗಿ ಪ್ರವೇಶ. ಸಿಂಹಗ್ರೀವ ಚಾರಣ ಮುನಿಗೆ ನಮಸ್ಕರಿಸುವನು. ಕುಸುಮ ಶೇಖರನು ಚಾರುದತ್ತನಿಗೆ ನಮಸ್ಕರಿಸುವನು.)

ಸಿಂಹಗ್ರೀವ: **(ಅಚ್ಚರಿ)** ಇದೇನು ದೇವಾ? ಮುನಿಪುಂಗವ
ಚಾರಣರಿಗೆ ಮೊದಲು ನಮಿಸದೆ ಶ್ರಾವಕರಿಗೆ
ನಮಿಸುವುದುಂಟೆ?

ಕುಸುಮ ಶೇಖರ: ನಾ ಹೋದ ಜನುಮದಲಿ ಕಪಟ
ಸನ್ಯಾಸಿಯೋರ್ವನ ಮಾತಿಂಗೆ ಮರುಳಾಗಿ
ರಸಕೂಪದೊಳು ಅರೆ ಜೀವನಾಗಿರೆ, ಈ
ಮಹಾತ್ಮನು ಪಂಚ ನಮಸ್ಕಾರ ಪೇಳಲ್

ಸಮಾಧಿ ಮರಣ ಫಲದಿಂದೆ ಸ್ವರ್ಗವೇರಿದೆನ್.
ಎನಗೊದಗಿದೀ ಸುರವಿಭವ ಸಮಸ್ತಕೀತನೆ
ಅಧಿಪತಿಯು. ಮುನ್ನ ಮಣಿದುದು ಉಚಿತಮಲ್ತೆ?

ಚಾರುದತ್ತ: ಮುನಿವರ್ಯ, ಇವರಾರು?

ಚಾರಣ: ಪೂರ್ವಜನ್ಮದೊಳು ವಿದ್ಯುಲ್ಲತೆಗೆ ಜನಿಸಿದನೆನ್ನ ಪುತ್ರ,
ಸಿಂಹಗ್ರೀವ.

ಸಿಂಹಗ್ರೀವ: ಈ ಮಹಾನುಭಾವರು?

ಚಾರಣಮುನಿ: ನಿನಗೀತ ತಂದೆ ಸಮಾನನು. ನಮಗು
ಹಿರಿಯನು ಪರೋಪಕಾರಿ, ಮಿಗಿಲಾದ
ಸಹಾಯವನೆಸಗಿದನೆಮ್ಮ ಬಾಳಿಗೆ, ಹೇಗೆ ಮರೆಯಲಿ
ಭಾನುಪುತ್ರನ ಉಪಕಾರ?

ಸಿಂಹಗ್ರೀವ: ಓ ಓ ಅರಿತೆನ್ಯೆ, ಚಾರುದತ್ತ ಶೆಟ್ಟಿ! ನೀವಂದೆ ಒರೆದಿರಿ
ಎನಗೆ.

ಚಾರು: ಜನಕನುಪಾರ್ಜಿಸಿದ ಸಿರಿಸಂಪದ ಹಾಳುಗೆಡವಿ
ಹಡೆದ ತಾಯಿಗೆ ಕೊಡಬಾರದ ಬವಣೆಗೊಳಿಸಿದೆ
ಪಡೆದ ಸಹಧರ್ಮಿಣಿಯರ ಬಿಸುಟು ಪರದಾಡಿದೆ
ಪರದೇಶಗಳ ಪರ್ಯಟನವೆ ತಕ್ಕುದೆನುತ ಬಂದೆ
(ಚಾರಣಮುನಿಗೆ)
ಚಾರಣವರೇಣ್ಯರೆ, ನಾನಿಂತು ಭವಮಾಲೆಗೆ ಸಿಲುಕದೆ
ಪಾರಾಗುವ ಕಾಲಲಬ್ಧಿ ದೊರಕುವುದೆ?

ಚಾರಣಮುನಿ: ಪುಣ್ಯೋದಯ ಕಾಲ ಆಸನ್ನಭವ್ಯನು ನೀನು
ಎಲ್ಲ ವಣಿಜ ವರ್ತಕರು ಒಂದೆ ಮೂಲದ ಕೊಂಬೆರೆಂಬೆ

ಸಿಂಹಗ್ರೀವ: ಚಾರಣಋಷಿಗಳ ಆದೇಶವದು ಬೆಸನೆನಗೆ, ನನ್ನ
ಪೊಳಲಿಗೆ ಚಾರುದತ್ತನ ಒಯ್ದು ಗೌರವಿಸಬೇಕು
ಇಂಥ ಅಗ್ಗಳನಿಗೆ ಎನ್ನ ರಾಜ್ಯವನೊಪ್ಪಿಸಿ
ಘನದೊಳು ಬಾಳುವೆನ್.
ತಂದೇ, ಖೇಚರ ರಾಜ್ಯವು, ಸಮಸ್ತ ಪರಿವಾರವು ನಿನ್ನದೈ.
ನಮ್ಮನಾಳು ಶಾಶ್ವತ. ಪೆತ್ತ ತಂದೆಯನೇ ಕಂಡಂತಾಯ್ತು.

ಚಾರು: ಸಿಂಹಗ್ರೀವ, ಹಲವು ಜನುಮದ ಪೂಜಾಫಲವ
ಪಡೆದಂತೆ ಸಾಧನೆಗಧಿಕ ಸಿದ್ಧಿ ಸಿಕ್ಕಿದುದೆ ಸಾಕೆನಗೆ

ಹಿಂದಿರುಗಿ ಬಂದೆ ಬರುವೆನೆಂದು ಮಾತೆಗೆ
ಮಡದಿಯರಿಗೆ ಮಾತು ಕೊಟ್ಟಿರುವೆ
ಚಂಪಾನಗರಿಗೆ ರಾತ್ರಿಯೆ ತೆರಳುವೆನು
ತಳುವದೆ ಹೊರಡಲಪ್ಪಣೆಯಿತ್ತು ಹರಸಿ ಕಳಿಸಿ

ಸಿಂಹಗ್ರೀವ: ಹಾಗಾದರಿದೋ ಒಂದೆ ಹಸೆಮಣೆಯಲಿಂದೆ
ಎಸಗುವೆ ಮದುವೆಯೊಸಗೆ ಹರೆಯದೀ ಹದಿನಾರು
ಸುರನಾರಿಯರೊಂದಿಗೆ

ಚಾರು: ಒಲ್ಲನೈ ಸಿಂಹಗ್ರೀವ, ನನ್ನ ಮಡದಿಯರಿಹರು
ಇಬ್ಬರೂ ಚೆಲುವೆಯರು ಸಕಲ ಸೌಭಾಗ್ಯಕೂ ದೇವಿಯರು
ವೆಚ್ಚಕಿದೆಯೀಗ ನೀವಿತ್ತ ವಿಪುಲೈಶ್ವರ್ಯ ಸಾಕು
ಸಾಕೊಲ್ಲೆನು

ಸಿಂಹಗ್ರೀವ: ಯಾರಲ್ಲಿ, ನಮ್ಮ ಸುಪುತ್ರಿ ಗಾಂಧರ್ವದತ್ತೆಯ ಕರೆತನ್ನಿ
(ತರುವರು)
ಮಗಳೆ, ಇಂದಿನಿಂದೀ ಪರಿಶುದ್ಧನೆ ತಂದೆಯು
ತಾಯಿಯೂ ಈತನೆ. ಯಾವ ಸುಕೃತವೊ
ದೊರಕಿದನಿಂಥ ದೊಡ್ಡಪ್ಪನು
ತೀರಿತೈ ದೇವಋಣ ಪಿತೃಋಣ ನೆಲದ ಮಗಳು
ವಿದ್ಯಾಧರ ಲೋಕದೊಳಗಿಲ್ಲ ಈಕೆಗೊಪ್ಪುವ ಯೋಗ್ಯವರ,
ನೀನೆ ತಂದೆಯು–ಮಗಳೀಕೆ. ಇನ್ನು
ಭೂಮಿಗೋಚರರಲಿಹ
ಸತ್ಪುರುಷನಿಗೆಯಿತ್ತು ವಿವಾಹ ಕಲ್ಯಾಣವನೆಸಗು
ಕನ್ಯಾದಾನದ ಫಲವು ನಿನಗೆ ಸಿಗಲಿ, ಬೇಡುವೆನಿಂತು

ಗುಂಪು–1: ಹರಣವನೆ ತೆಗೆದೊಪ್ಪಿಸುವಂತೆ ಮಗಳ ಕೈಯನಾ
ಚಾರುದತ್ತನ ಅಂಗೈಯಲಿಡಲೊಡನೆ ಬಾಗಿ
ಗಂಧರ್ವದತ್ತೆ
ನಮಿಸಿದಳು ಚಾರುವಿನಡಿಗಳಿಗೆ

ಚಾರು: ಏನೆಂಥಪೂರ್ವ ನನ್ನಿಳೆಗೆ ಭಾಗ್ಯವಿದು
ಗಂಡನಾಗುವುದಕು ಮಿಗಿಲು ತಂದೆಯಾಗುವುದು
ಆವ ಲೀಲೆಯಿದು ಸುರತರುಣಿಗೆ ಜನಕನೆನಿಸುತ

ಪೃಥ್ವಿಯಲೊಬ್ಬ ವರತರುಣನಿಗೆ ಪಾಣಿಗ್ರಹಣ
ಮಾಡಿಸುವಂಥ ಯೋಗಾಯೋಗ ಯಾರಿಗುಂಟು
ಧನ್ಯನಾದೆನು ಸುರನೆ

ಗುಂಪು–1: ಹೀಗೆ ದೇವಕನ್ಯೆ ಗಾಂಧರ್ವದತ್ತೆ ಸಹಿತ ಸಕಲ ಭಂಡಾರದೊಂದಿಗೆ
ಸನ್ನದ್ಧವಾದುವು ಬಾನ ವಿಮಾನಗಳು.

ಗುಂಪು–2: ಐವರಾ ಗೆಳೆಯರ ಜೊತೆಗೆ ರುದ್ರದತ್ತನನು
ಮರೆಯದಲ್ಲಿಗೆ ಕರೆತರಿಸಿ ಮಾವ ಸಿದ್ಧಾರ್ಥನನು
ಹತ್ತಿಸಿ ಸುರರ ಮಿನುಗುವ ಬಾಂದೇರುಗಳೊಳಗೆ,
ಬೀಳ್ಕೊಡಲು, ಹೊರಟರು ಸವಾರಿಯೊಳಗೆ.

(ಪುಷ್ಪಕ ವಿಮಾನ ಹಾರಿ ಹೋದ ಬಳಿಕ ಅವಳಿ ದೇವತೆಗಳು ಕಾಣಿಸಿಕೊಳ್ಳುವರು.)

ದೇವತೆ 1: ಹೋಯ್ ಹೋಯ್, ಏನಿದಚ್ಚರಿ,

ದೇವತೆ 2: ಏನಿದಚ್ಚರಿ!

ದೇವತೆ 1: ನಮ್ಮೀ ಸುರಲೋಕದ ವಿಮಾನದಲಿ ನೆಲದ
ನರನೋರ್ವನ ಯಾನ! ಈತ ಸಾಮಾನ್ಯನಲ್ತು,

ದೇವತೆ 2: ಖಂಡಿತಾ ಅಲ್ತು.

ದೇವತೆ 1: ನಮ್ಮ ಅಪ್ಸರ ಲೋಕದ ರೂಪು, ತೇಜ, ಲಾವಣ್ಯವೆಲ್ಲ
ಈತನಲಿ ಹೇರಳ ಹುದುಗಿಕೊಂಡಿಹುದಲ್ತೆ.

ದೇವತೆ 2: ಹುದಿಗಿಕೊಂಡಿಹುದಲ್ತೆ.

ದೇವತೆ 1: ದಿವ್ಯಾಕಾರದ ಮಹಾಪುರುಷನೆಂದೆಲ್ಲರೂ ಪೊಗಳುವರು

ದೇವತೆ 2: ಪೊಗಳುವರು, ಪೊಗಳಲಿ. ಸತ್ಯದ ಅರಿವ ನೀಡೋಣ.
ಚಂಪಾಪುರದೊಳು ಅವತರಿಸೋಣ.

ದೇವತೆ 1: ಯತಿವರರಾಗೋಣ. **(ಮಾಯವಾಗುವರು)**

ದೃಶ್ಯ-18 ಚಂಪಾಪುರ

(ಚಾರುದತ್ತನ ಆಗಮನ. ಜೊತೆಯಲ್ಲಿ ಗಂಧರ್ವದತ್ತೆ, ರುದ್ರದತ್ತ ಹಾಗೂ ಐವರು ಗೆಳೆಯರು. ಮಾತಿಲ್ಲದ ಸಡಗರ, ಸಂಭ್ರಮ. ಒಳಗಡೆಯಿಂದ ಎಲ್ಲರೂ ಬರುವರು. ಚಾರುದತ್ತ ಸಮಯೋಚಿತ ಎಲ್ಲರನ್ನು ಅಪ್ಪಿ ಮುದ್ದಿಸುವನು. ತನ್ನಿಬ್ಬರು ಮಕ್ಕಳನ್ನೂ. ತಾಯಿ ದೇವಿಲೆಗೆ ಸಾಷ್ಟಾಂಗವೆರಗಿ ಆಶೀರ್ವಚನವನಾಂತನು. ಗಂದರ್ವದತ್ತೆ ಹಿರಿಯರ ಅಡಿಗೆರಗುವಳು.)

ಹಾಡು: ಉರಿಬರಲಿ ಸಿರಿಬರಲಿ
ಮನವು ಸರಿಸಮವಿರುವ ಚಾರುವೇ ಸರಿ
ಭುವಿ ಬಾನುಮೆಚ್ಚುವ ಗಣ್ಯವ್ಯಕ್ತಿ
ಬರಿಗೈಲಿ ಬಾರದೆ ಸಗ್ಗವ ಕಿತ್ತು ತಂದವನು.

ಎಲ್ಲರೂ: ಭಾನುಪುತ್ರನಿಗೇ–ಜಯವಾಗಲಿ
ಚಂಪಾಪುರ ಶ್ರೇಷ್ಠಿಗೇ–ಜಯವಾಗಲಿ
ಚಾರುದತ್ತ ಶ್ರೇಷ್ಠಿಗೇ– ಜಯವಾಗಲಿ.

(ಯತಿವರರು ಕಾಣಿಸುವರು. ಚಾರುದತ್ತನು ನಮಿಸುವನು. ಎಲ್ಲರೂ ನಮಿಸುವರು.)

ಹಾಡು: ನೋಡಿದರು ಯತಿವರರು ಬಲು ವಿಸ್ಮಯಂಬಟ್ಟು
ಕ್ಷಣಮಾತ್ರದಿ ಕುಂದುವ ಮಾನವನ ಚೆಲುವನು

ಭಾಗವತಿಕೆ: ನೋಡಿದರು ತಪಸ್ವಿಗಳು ಕ್ಷಣ ಮಾತ್ರದೊಳೆ
ಮಾನವ ಚೆಲುವು ಕುಂದುವುದನು ಕಂಡು ಬಲು ವಿಸ್ಮಯಂಬಟ್ಟು

ಯತಿ–1: ಶ್ರೇಷ್ಠಿ ತಿಳಕನೆ ಕೇಳು. ನಿನ್ನ ತೇಜವದೀಗಲೆ
ಕಿರಿದು ಕುಂದಿದುದ ಕಂಡು ಸೋಜಿಗವಾದುದೆಲೆ

ಗುಂಪು: ಏನು! ಚಾರುವಿನ ಸೌಂದರ್ಯ ಕುಂದಿತೆ? ಏನು
ಮಾತಾಡುವಿರಿ ಯತಿವರ್ಯರೆ? ಅಪಮಾನಗೈಯದಿರಿ ನಮ್ಮೊಡೆಯನಿಗೆ.
ಸಹಿಸಲಾರೆವು ಯತಿಗಳ ಕುಹಕವನು.
ದಯವಿಟ್ಟು ಹೊರಡಿರಿ. ಚಂಪಾಪುರವ ತೊರೆಯಿರಿ ಈಗಿಂದೀಗಲೆ.

ಚಾರು: **(ತಡೆದು)** ನಿಲ್ಲಿರಿ ಗೆಳೆಯರೆ. ತಾಳ್ಮೆ, ತಾಳ್ಮೆಯಿರಲಿ
(ಮುನಿಗಳೊಂದಿಗೆ)
ಮುನಿವರೇಣ್ಯರೇ, ಎನ್ನ ಕಾಂತಿ ಕುಂದಿರುವುದನು ತಾವೆಂತು ಕಂಡಿರಿ?

ಮುನಿ–2: ನಮಗವಧಿ ಜ್ಞಾನವಿದೆ ಅರಿಯಬಲ್ಲೆವು ಎಲ್ಲ.

ಚಾರು: ಹೌದೆ?

ಗುಂಪು: ಎಲ್ಲ ಅಂದ್ರೆ?

ಮುನಿ–1: ಅಯ್ಯಾ, ಒಂದು ನೀರು ತುಂಬಿದ ಕೊಡವ ತನ್ನಿರಿ
(ಕೊಡ ತರುವರು)

ಭಾಗವತಿಕೆ: ಕೊಡದೊಳಗೆ ಪಿಂಚವನದ್ದಿ ತೆಗೆದು
ಸಭೆಗೆ ಬಳಸಿ ಬೀಸಿ ಕೇಳಿದರು

ಮುನಿ–1: ಹೇಳಿರಿ, ಈ ಪಿಂಚದಲಂಟಿ ವ್ಯಯವಾದುದೆಷ್ಟು
ಕೊಡದೊಳಗೆ ಕುಂದಿದ ಪ್ರಮಾಣವೆಷ್ಟು? **(ಎಲ್ಲರೂ ಮೌನ)**

ಮುನಿ–2: ಹೇಳಬಲ್ಲಿರೆ ನೀವು?
ಹೇಗೆ ಇದನು ಚರ್ಮಚಕ್ಷುವು ಕಾಣಲಾಗದೊ
ಹಾಗೆ ಚಾರುತೇಜವು ಕ್ಷಣದೊಳ್ ಇಳಿಕೆಯಾದುದ
ಕಾಣಲಾರದೀ ಕಣ್ಣುಗಳ್.

(ತೆರಳುವರು)

(ಚಾರುದತ್ತ ಬಸವಳಿದು ನಿಲ್ಲುವನು)

ಮಡದಿಯರು: ಹೇಳಿ ನಮ್ಮೊಡೆಯ, ಅವರ ಮಾತಿಗೆ ಅದೇಕೆ ವಿಚಲಿತರಾದಿರಿ?
ಹೀಗೇಕೆ ಕಳೆಗುಂದಿದಿರಿ?

ಚಾರು: ದೇಹವಿದು ನಶ್ವರ! ಮುಗಿಯಿತಿಂದಿಗೆ ಧರೆಗೆ ಬಂದ ಕರ್ತವ್ಯವೂ.
ರಾಗಭೋಗವು ಮುಗಿದು ವೀತರಾಗದ ಕಡೆಗೆ–
ಸಜ್ಜನರು ತೋರಿದ ಹೆದ್ದಾರಿಯು ನನಗೆ
ಪಾತ್ರ ಮುಗಿಯಿತು ನಾಟಕ ಜೀವನದೊಳಗೆ!

(ಎಲ್ಲವನ್ನು ನಿಧಾನವಾಗಿ ಕಳಚಿನಿಲ್ಲುತ್ತಿರಲು)

ಭಾಗವತಿಕೆ: ಅಪರೂಪದ ಭೋಗಪುರುಷ,
ಚಾರುವದೋ ದೇಹದ ಸಿರಿಯ ಅಧ್ರುವತೆಗೆ
ಸ್ಥಿತಪ್ರಜ್ಞನೊಲು ನಡೆದನು ಮಡದಿ ಮಕ್ಕಳ ಸಕಲ
ಸಂಸಾರವನು ತೊರೆದು ವೀತರಾಗದೆಡೆಗೆ

(ತೆರಳುತ್ತಿರಲು–)

ಗುಂಪು: **(ಹಾಹಾಕಾರ)** ಚಾರುದತ್ತಾ ವರದತ್ತ ಮಹಾತ್ಮಾ ಇಭ್ಯಕುಲ ಶ್ರೇಷ್ಠಾ..

ಕತ್ತಲೆ

ನಾನು ವಿಸ್ಮಯಕ್ಕೆ ಚಿಗುರುತ್ತೇನೆ...

ನಾಡೋಜ ಹಂಪನಾ

ಪ್ರಾಚೀನ ಕಾವ್ಯ ನಿಕ್ಷಿಪ್ತಗಳಲ್ಲಿ ಕುಳಿತಿರುವ ಅನರ್ಘ್ಯ ಕಥನಗಳನ್ನು ಮರೆತು ಕೈಬಿಟ್ಟು ಎಂದೆಂದಿಗೂ ಅವಕ್ಕೆ ವಿದಾಯ ಹೇಳುವುದೊ ಅಥವಾ ಅವುಗಳಲ್ಲಿ ಶ್ರೇಷ್ಠವಾದುದನ್ನು ನಮ್ಮ ಕಾಲಕ್ಕೆ ಬರಮಾಡಿಕೊಳ್ಳುವ ಜರೂರು ಇದೆಯೋ ಎಂದು ಆಗಾಗ ಏಕಾಂತದಲ್ಲಿ ಪರಿಭಾವಿಸುತ್ತಿದ್ದೆ. ಹಿಂದಿನ ಕವಿಪ್ರತಿಭೆಗಳು ತಮಗೂ ಹಿಂದಣ, ಅದು ಪ್ರಾಕೃತವಿರಬಹುದು, ಸಂಸ್ಕೃತವಿರಬಹುದು, ಸಾಹಿತ್ಯ ಕೃತಿಗಳಲ್ಲಿನ ತವನಿಧಿ ಸಂಕಥನಗಳನ್ನು ತಮ್ಮ ಸಮಕಾಲದ ವಲಯವೇದಿಕೆಗಳಿಗೆ ಇಳಿಸುತ್ತಿದ್ದರು. ಹೀಗಾಗಿ ವರ್ತಮಾನದ ಸಾಹಿತ್ಯದಲ್ಲಿ ಒಮ್ಮೊಮ್ಮೆ ಕಾಣುವ ಶೂನ್ಯವನ್ನು ತುಂಬುವ ವಿಧಾನವನ್ನು ಕುರಿತು ಚಿಂತಿಸುತ್ತಿದ್ದೆ. ಒಂದು ಅರ್ಥಪೂರ್ಣ ದಿವ್ಯ ತಿರುವನ್ನು ನಿರೀಕ್ಷಿಸುತ್ತ ಕಾವ್ಯ ಇಂದು ಹೊರಳು ದಾರಿಯಲ್ಲಿ ನಿಂತಂತೆ ಕಂಡಾಗ ಈ ಮಹತ್ವದ ಸಂಕಥನಗಳನ್ನು ಪುನರುತ್ಥಾನಿಸಿ ಬೆಸೆಯಬಹುದೆಂಬ ಆಲೋಚನೆ ನನ್ನಲ್ಲಿ ಸುಳಿಯಿತು.

ಒಂದುವೇಳೆ ಹಿಂದಿನ ಮಹತ್ವದ ವಸ್ತುವನ್ನು ವರ್ತಮಾನಕ್ಕೆ ದಾಟಿಸುವುದಾದರೆ ಅದನ್ನು ಯಾವ ರೂಪ ಸ್ವರೂಪಗಳಲ್ಲಿ ತರಬಹುದೆಂಬುದನ್ನು ಪ್ರಯೋಗಮಾಡಿ ನೋಡುವ ಕುತೂಹಲವಾಯಿತು. ಕಥೆ, ಕಾದಂಬರಿ, ಕವಿತೆಗಳು

ಹೊಸಕಾಲದ ಪ್ರಿಯ ಮಾದರಿಗಳೇ ಸರಿ. ಆ ಹಾದಿಯಲ್ಲಿ ಕನ್ನಡ ಕವಿಗಳು ಮಹತ್ವದ ಸಾಧನೆಗಳನ್ನು ಮಾಡಿದ್ದಾರೆ. ತಮ್ಮ ಅಸೀಮ ಸ್ಫೂರ್ತಿ ಪ್ರತಿಮೆಗೆ ಕವನ ಪರಿಮಿತವೆನಿಸಿ, ದೀರ್ಘಕಾವ್ಯದ ಸತ್ವಧಾರಣೆಗೆಂದು ರಗಳೆಯ ರೂಪಾಂತರವೆನಿಸಿದ ಮಹಾಛಂದಸ್ಸಿಗೆ ಕುವೆಂಪು ಹೆಬ್ಬಾಗಿಲು ತೆರೆದರು. ಆನೆ ನಡೆದದ್ದು ಹಾದಿ, ಕುವೆಂಪು ತೋರಿದ್ದು ರಾಜಮಾರ್ಗ. ಈ ಕವಿರಾಜಮಾರ್ಗದಲ್ಲಿ ಹಲವು ಬೃಹತ್ ಕಾವ್ಯಗಳು ಹೊರಬಂದಿವೆ.

ಇಪ್ಪತ್ತೊಂದನೆಯ ಶತಮಾನದ ಓದುಗನ ಹತ್ತಿರ ಹೋಗಲು ಇರುವ ಸವಾಲುಗಳಿಗೆ ಉತ್ತರಿಸುವ ಹುಡುಕಾಟದ ನೆಲೆಯಲ್ಲಿ ಕ್ರಿಯಾಶೀಲನಾದಾಗ ಹುಟ್ಟಿತು 'ಚಾರುವಸಂತ'. ನವನವೋನ್ಮೇಶಶಾಲಿನಿ ಕಾವ್ಯಶಾರದೆಯ ತೇರಿಗೆ ಒಪ್ಪಿಸಿದ ದವನವೆಂಬಂತೆ. ಗೋಳದ ಉದ್ದಗಲಗಳಲ್ಲಿ ಸಂಭವಿಸುತ್ತಿರುವ ಸಮಕಾಲೀನ ಸ್ಥಿತ್ಯಂತರಗಳಿಗೆ ಮುಖಾಮುಖಿಯಾಗಿ ನಿಂತು ಪ್ರತಿಕ್ರಿಯಿಸಿದ್ದೇನೆ. ವರ್ತಮಾನದ ಯುಗಧರ್ಮ ಮತ್ತು ಪಲ್ಲಟಗಳೊಂದಿಗೆ ಸಂವಾದಿಸುವ ತುಡಿತಗಳನ್ನೂ ಒಳಗೊಂಡಂತೆ ದೇಶೀಯ ಬೇರುಗಳಿಗಿರುವ ವಸ್ತುವನ್ನೇ ಶರೀರವಾಗಿಸುವ ಅಪೇಕ್ಷೆಯೂ ಈ ಅಭಿಜಾತ ಕಾವ್ಯದಲ್ಲಿ ಹಾಸುಹೊಕ್ಕಾಗಿದೆ. ನಮ್ಮ ಪರಂಪರೆಯ ನೆಲದ ಗಟ್ಟಿಕಾಳುಗಳನ್ನು ಮತ್ತೆ ಬಿತ್ತಿ ಉಳಿಸಿಕೊಳ್ಳುವ ಇರಾದೆಯಿಂದ ಹಳೆಯ ಕಥನವನ್ನು ಎತ್ತಿಕೊಂಡು ಹೊಸ ಜೀವಭಾವಗಳ ಸಂಚಾರಕ್ಕೆ ಅವಕಾಶ ಕಲ್ಪಿಸಿದ್ದೇನೆ.

ಕಳೆದ ನಲುವತ್ತು ವರ್ಷಗಳಿಂದ ವೈಚಾರಿಕ ಶೋಧಗಳಲ್ಲಿ ತೊಡಗಿ ಬೌದ್ಧಿಕ ಓಘದಲ್ಲಿ ಸಾಗಿ ಬಂದಿದ್ದರೂ ಸೃಜನಶೀಲತೆಗೆ ನಾನು ವಿಮುಖನಾಗಿರಲಿಲ್ಲ. ನನ್ನ ಒಳಗಿನೊಳಗೆ ಕುಳಿತಿದ್ದ ಕವಿ ಮುಲುಕುತ್ತ ಹೊರಬರಲು ತಹತಹ ತೋರುತ್ತಿದ್ದ. ದೀರ್ಘಕಾಲದಿಂದ ದುಮುದಮಿಸುತ್ತಿದ್ದ ಸೃಷ್ಟ್ಯಾತ್ಮಕ ದಾಹವನ್ನು ಇನ್ನು ತಡೆಯಲಾಗಲಿಲ್ಲ. ಒಳಗಿನ ಒತ್ತಡಕ್ಕೆ ಓಗೊಟ್ಟುದರ ಫಲಶ್ರುತಿ ಈ ಕಾವ್ಯ. ಇತ್ತೀಚೆಗಿನ ಸಾಮಾಜಿಕ, ಸಾಂಸ್ಕೃತಿಕ ಹಾಗೂ ವೈಚಾರಿಕ ಬೆಳವಣಿಗೆಯ ಈ ಜಗತ್ತಿಗೆ ಸ್ಪಂದಿಸುವ ಐತಿಹಾಸಿಕ ಅಗತ್ಯವನ್ನು ಪೂರೈಸುವ ದಿಕ್ಕಿನತ್ತ ಅಭಿಮುಖಿಯಾಗಿರುವ ಕಾವ್ಯ ಚಾರುವಸಂತ.

ವಿಸ್ಮಯಕ್ಕೆ ಚಿಗುರುವುದು ನನ್ನ ಸ್ವಭಾವ. ಚಾರುದತ್ತನ ಮೋಹಕ ಕಥಾನಕಕ್ಕೆ ಮುಖಾಮುಖಿಯಾದ ಅಪೂರ್ವ ಕ್ಷಣವೊಂದು ರಸಗಳಿಗೆ ಆಯಿತು. ಆ ಅನುಸಂಧಾನ ನಿಧಾನವಾಗಿ ಹರಳುಗೊಳ್ಳುತ್ತಾ ನನ್ನನ್ನು ಆವರಿಸಿದ ಗತ್ತಿಗೆ ನನಗೇ ಬೆರಗು. ಎದೆಯ ಮೂಸೆಯಲ್ಲಿ ಅಡಗಿ ಕುಳಿತು ಚಾರುದತ್ತಾಖ್ಯಾನ ಮರುಜೇವಣಿಯುಂಡು ಪುಟಿದು ಆಕಾರ ಪಡೆಯಿತು. ಮೈಮನಗಳ ಸುಳಿಯಲ್ಲಿ ಸುಳಿಯುತ್ತ ಸುಪ್ತನದಿಯಾಗಿದ್ದುದು ಅವಕಾಶ ಸಿಕ್ಕೊಡನೆ ಒಂದು ತಿಂಗಳಲ್ಲಿ ರೂಪುಪಡೆಯಿತು. ಈ ಕಥೆಯ ಬೇರುಗಳು ಪಾತಾಳದಲ್ಲಿ, ಟಿಸಿಲುಗಳು ನಭದಲ್ಲಿ. ಬಹುಮುಖಿ ಸಾಧ್ಯತೆಗೆ ನನ್ನನ್ನು ತೆರೆಯಬಲ್ಲ ಈ ಚೆಲುವ ಚೆನ್ನಿಗ ಕಥೆಯ ಹಾಸು

ಬೀಸು ಅಯಸ್ಕಾಂತ. ಇದರ ತೆಕ್ಕೆಗೆ ಸಿಕ್ಕಿ ತಿರುಗಣಿಯಿಂದ ಮೇಲೇರಿ ಬರುವಾಗ ಈ ಕಾವ್ಯವೂ ನನ್ನೊಡನೆ ಕವಚ ಕುಂಡಲವಾಗಿ ಬೆರೆತು ಬಂದಿದೆ.

ಪೈಶಾಚಿ ಭಾಷೆಯಲ್ಲಿ ಗುಣಾಢ್ಯ ಬರೆದ ಬೃಹತ್ಕಥೆಯಲ್ಲಿ ಇದರ ಬೇರುಗಳು ಸೇರಿರಬೇಕು. ಎಂಟನೆಯ ಶತಮಾನದ ಪುನ್ನಾಟಸಂಘದ (ಇದು ಮೈಸೂರು ಜಿಲ್ಲೆಯ ಹುಣಸೂರು ತಾಲೂಕಿನ ಪ್ರದೇಶದಲ್ಲಿ ಆಗಿಹೋದ ಒಂದು ಮುನಿ ಸಮುದಾಯ.) ಜಿನಸೇನಾಚಾರ್ಯರು ಸಂಸ್ಕೃತದಲ್ಲಿ ಬರೆದಿರುವ 'ಹರಿವಂಶ' ಕಾವ್ಯದಲ್ಲಿ ಈ ಆಖ್ಯಾನ ಸ್ಪಷ್ಟ ಆಕಾರದಲ್ಲಿ ಸಿಗುತ್ತದೆ. ಈ ಸುರಮ್ಯ ಕಥಾನಕ ಕನ್ನಡದಲ್ಲಿ ಆದಿಗುಣವರ್ಮ, ಕರ್ಣಪಾರ್ಯ, ಬಂಧುವರ್ಮ, ನಾಗರಾಜ, ಮಹಾಬಲ, ಸಾಳ್ವ, ಮಂಗರಸ ಮೊದಲಾದ ಕವಿಗಳ ಮೂಲಕ ದಾಂಗುಡಿಯಿಟ್ಟು ಪಲ್ಲವಿಸಿದೆ.

ಗೌರವಾನ್ವಿತ ವರ್ತಕ ಮನೆಯ ಚಾರುದತ್ತನು ಸುರ ಸುಂದರಿಯಾದ ವೇಶ್ಯೆ ವಸಂತತಿಲಕೆಯಲ್ಲಿ ಅನುರಕ್ತನಾಗಿ ಮನೆತನದ ಕೀರ್ತಿ ಬೀದಿಪಾಲಾಗುವ ಹಾಗೆ ನಿರ್ಗತಿಕನಾಗುತ್ತಾನೆ. ಸಾಧ್ವಿ ಪತ್ನಿಯ ಹೃದಯ ವೈಶಾಲ್ಯದಿಂದಾಗಿ ವಸಂತ ತಿಲಕೆಯನ್ನು ಮಡದಿಯಾಗಿ ಸ್ವೀಕರಿಸುತ್ತಾನೆ. ಶ್ರಮ, ಸಾಹಸ, ನಿಷ್ಠೆಯಿಂದ ದೇಶ ವಿದೇಶ ಸಂಚರಿಸಿ ಮತ್ತೆ ವಣಿಕ ಶ್ರೇಷ್ಠನಾಗುತ್ತಾನೆ ಎಂಬ ಕಥೆಯ ಹಂದರ ಮನೋಜ್ಞವಾಗಿದೆ. ಅನಿರೀಕ್ಷಿತ ತಿರುವುಗಳನ್ನು ಪಡೆಯುತ್ತ ಕಥೆ ಕುತೂಹಲಗಳನ್ನು ಅರಳಿಸುತ್ತದೆ.

ಇದು ರಾಜರಾಣಿ ಅರಮನೆ ಕುರಿತ ಕಾವ್ಯವಲ್ಲ. ಯುದ್ಧಮುಖಿ ಕಥನವೂ ಅಲ್ಲ. ಮನುಷ್ಯ ಸ್ವಭಾವದ ವಿನ್ಯಾಸದ ನಿರಿಗೆಗಳಲ್ಲಿ ಅನಾವರಣಗೊಳ್ಳುತ್ತ ಮತಾತೀತವಾಗಿ, ಮಹೋನ್ನತ ಮಾನವೀಯ ಮೌಲ್ಯಗಳಿಂದ ಕೂಡಿದ ಜನಮುಖಿ ಹಾಗೂ ಸಮಾಜಮುಖಿ ಕಾವ್ಯ. ಈ ಅಮರ ಪ್ರೇಮದ ಆಖ್ಯಾನವನ್ನು ಆಡುಮಾತಿನ ಲಯದಲ್ಲಿ ಹಿಡಿದಿಡಲು ಪ್ರಯತ್ನಿಸಿದ್ದೇನೆ.

ಎಂತಹ ಅದ್ಭುತ ಕಾವ್ಯ...

ಜೀವನ್‌ರಾಂ ಸುಳ್ಯ

ಸಾಧ್ಯ ಇಲ್ಲ ...ಇದನ್ನು ರಂಗಕ್ಕೆ ತರಲು ನನ್ನಿಂದಂತೂ ಸಾಧ್ಯವೇ ಇಲ್ಲಾಂತ ಅನಿಸಿದ್ದು ಮಾತ್ರ ಸತ್ಯ. ಇದರೊಳಗಿನ ಕಾವ್ಯಮಯ ಮಾತುಗಳನ್ನು ನಟರಿಗೆ ಕಲಿಸುವ ಮೊದಲು ಸ್ವತ: ನಾನು ಅದನ್ನು ಅರಗಿಸಿಕೊಳ್ಳಬೇಕಲ್ಲಾ.. ಅದು ಅಷ್ಟು ಸುಲಭ ಅಂತ ಅನಿಸಲೇ ಇಲ್ಲ. ಹಂಪನಾರ ಒತ್ತಾಯಕ್ಕೆ ಮಣಿದು ಸುಮಾರು ಮುನ್ನೂರು ಪುಟದ ಚಾರುವಸಂತ ದೇಸೀ ಕಾವ್ಯವನ್ನು ಓದಲೇಬೇಕೆಂದು ಓದಲು ಶುರುಮಾಡಿದ್ರೆ.. ಒಂದು ಹತ್ತು ಪುಟ ಹೇಗೋ ಕಣ್ಣಾಡಿಸಿ, ಕೇವಲ ಅಕ್ಷರಗಳನ್ನು ಮಾತ್ರ ಓದಿ ಅರ್ಥವಾಗದೇ ಪುಸ್ತಕವನ್ನು ಹಾಗೆಯೇ ಮಡಿಚಿಟ್ಟವನು ನಾನು. ನನ್ನ ಇತಿಮಿತಿಯ ಜ್ಞಾನಕ್ಕೆ ಈ ಕಾವ್ಯ ನನಗೆ ಕಬ್ಬಿಣದ ಕಡಲೆ ಅಂತಾನೇ ಅನಿಸಿತ್ತು. ನನಗೆ ಅರ್ಥವಾಗದ, ಆಪ್ತವಾಗದ ಕೃತಿಯನ್ನು ನಾನು ರಂಗಕ್ಕೆ ತರಲು ಹೇಗೆ ತಾನೇ ಸಾಧ್ಯ!? ನಾಲ್ಕು ವರ್ಷದಿಂದ ಇದನ್ನು ನನ್ನಿಂದಲೇ ಮಾಡಿಸುವ ಹಂಪನಾರ ಹಲವು ರೀತಿಯ ವಿನಂತಿಗೆ ಅದೂ ಇದೂ ಸಬೂಬು ಹೇಳಿ ಹೇಗೋ ತಪ್ಪಿಸಿಕೊಳ್ಳುತ್ತಿದ್ದೆ.

ಆದ್ರೆ ಹಿರಿಯರಾದ ಹಂಪನಾ ಬಿಡಲಿಲ್ಲ. ಪದೇ ಪದೇ ಅವರೇ ಕಾಲ್ ಮಾಡಿ, ಮತ್ತೊಂದೆರಡು ಸಲ ಡಾ.ಮೋಹನ ಆಳ್ವರ ಮೂಲಕ ಚಾರುವಸಂತದ ಬಗ್ಗೆ ಹೇಳಿ ಆಸೆ ಹುಟ್ಟಿಸಲು ಪ್ರಯತ್ನಿಸಿದ್ರು. ಆದರೂ ನನಗೆ ಧೈರ್ಯ ಬರಲಿಲ್ಲ. ದಿನ ಹೀಗೇ ಕಳೆಯಿತು.

ಒಂದು ದಿನ ಸಂಜೆ ಹಂಪನಾ ಸರ್ ಕಾಲ್ ಮಾಡಿ ಮೃದುವಾಗಿ ಕೇಳಿದ್ರು "ಪ್ರಿಯ ಜೀವನ್ ರಾಂ.. ಚಾರುವಸಂತವನ್ನು ರಂಗದಲ್ಲಿ ನೋಡಬೇಕೆನ್ನುವುದು ನನಗಿಂತಲೂ ಕಮಲಾ ಹಂಪನಾರ ಅವರ ಬಹುದಿನದ ಆಸೆ. ಈಗ ಅವರ ಆರೋಗ್ಯವೂ ಅಷ್ಟೊಂದು ಸರಿ ಇಲ್ಲ. ಇನ್ನೆಷ್ಟು ದಿನವೋ ಗೊತ್ತಿಲ್ಲ. ದಯವಿಟ್ಟು ಆಸೆ ನೆರವೇರಿಸುವಿರಾ..?"

ಒಂದು ಕ್ಷಣ ಮೌನವಾದೆ.

ಏನು ಹೇಳಬೇಕೋ ತಿಳೀಲಿಲ್ಲ. "ನಾಡಿದ್ದು ಬೆಳಗ್ಗೆ ಬೆಂಗಳೂರಿಗೆ ಬರ್ತೇನೆ ಸರ್" ಅರಿವಿಲ್ಲದೆ ಅಂದೆ. ಹೋದೆ.

ಚಾರುವಸಂತ ನಿರ್ದೇಶಿಸಲು ಒಪ್ಪಿದೆ. ಕಬ್ಬಿಣದ ಕಡಲೆ ಅಂತ ನನಗನಿಸಿದ್ದ ಚಾರುವಸಂತಕ್ಕೆ ಹಿರಿಯರಾದ ನಾ.ದಾ.ಶೆಟ್ಟಿಯವರು ರಂಗರೂಪ ನೀಡಿದ್ದರು. ಅದರ ಕರಡು ಪ್ರತಿಯನ್ನು ನನ್ನ ಕೈಗಿತ್ತರು.

ಒಂದಷ್ಟು ಹೊತ್ತು ಮಾತುಕತೆಯ ಬಳಿಕ ಖಾಲಿ ತಲೆಯಲ್ಲಿ ಚಾರುವಸಂತವನ್ನು ತುಂಬಿಕೊಳ್ಳಲು ಪ್ರಯತ್ನಿಸುತ್ತಾ ಮೂಡುಬಿದ್ರೆಗೆ ಹಿಂತಿರುಗಿದೆ. ನಾದಾ ಶೆಟ್ಟಿಯವರ ರಂಗರೂಪವನ್ನು ಓದಲು ಆರಂಭಿಸಿದೆ. ಒಂದಲ್ಲ.. ಹತ್ತು ಬಾರಿ ಓದಿದೆ. ಪ್ರತಿಸಲ ಓದಿದಾಗಲೂ ವರ್ಣಿಸಲಾಗದ ಹೊಸ ಅನುಭವ! ಕಾವ್ಯವನ್ನು ನಾಟಕವಾಗಿಸುವಲ್ಲಿನ ನಾ.ದಾ.ರ ಸಾಹಸಕ್ಕೆ ತಲೆಬಾಗಿದೆ. ದೊಡ್ಡ ದೊಡ್ಡ ದೃಶ್ಯಗಳನ್ನು ಒಂದೇ ದಾರದಲ್ಲಿ ಪೋಣಿಸುವ ಕೆಲಸವನ್ನು ನಾ.ದಾ.ಶೆಟ್ಟಿಯವರು ಬಹಳ ನಾಜೂಕಿನಿಂದ ಮಾಡಿದ್ದಾರೆ ಅನಿಸಿತು.

ನಂತರದಲ್ಲಿ ನಾನು 'ಚಾರುವಸಂತ' ಮೂಲ ಕಾವ್ಯವನ್ನು ಬಿಡದೆ ಪೂರ್ತಿಯಾಗಿ ಓದಿದೆ. ಓದುತ್ತಾ ಹೋದಂತೆ ಚಾರುವಸಂತ ಮತ್ತಷ್ಟು ಹೃದಯಕ್ಕೆ ಹತ್ತಿರವಾಯ್ತು. ಎಂತಹ ಅದ್ಭುತ ಕಾವ್ಯ ಅನಿಸಿತು. ಓದುವಾಗ ಸಿಕ್ಕೆಲ್ಲ ಅನುಭವಗಳನ್ನು ಸಾಧ್ಯವಾದಷ್ಟು ದಾಖಲಿಸಿಕೊಂಡೆ. ನಿರ್ದೇಶನದ ವಿನ್ಯಾಸ ಸಿದ್ಧಗೊಂಡಿತು. ಮತ್ತೆ ಬೆಂಗಳೂರು ಪಯಣ. ನಾದಾ ಹಾಗೂ ಹಂಪನಾರ ಜೊತೆ ಚರ್ಚೆ, ಮಾತು. ಕಲಾವಿದರ ಆಯ್ಕೆಯೂ ಆಯ್ತು. ಹೃದಯ ಶಸ್ತ್ರಚಿಕಿತ್ಸೆ ಆಗಿ ನಾಲ್ಕುದಿನ ಕಳೆದು ಬೆಂಗಳೂರಿನಲ್ಲೇ ವಿಶ್ರಾಂತಿ ಪಡೆಯುತ್ತಿದ್ದ ಡಾ.ಎಂ. ಮೋಹನ ಆಳ್ವರ ಕೈಯ್ಯಲ್ಲೇ ಪೋಸ್ಟರ್ ಬಿಡುಗಡೆ ಮಾಡಿಸಿ ತಾಲೀಮಿಗೆ ಅಧಿಕೃತ ಚಾಲನೆ ಪಡೆದದ್ದೂ ಆಯ್ತು. ಆಳ್ವಾಸ್ ರಂಗ ಅಧ್ಯಯನ ಕೇಂದ್ರದಲ್ಲಿ ಇಡೀ ದಿನ ತಾಲೀಮು. ಚಾರುವಸಂತ ಕಟ್ಟುವ ಕ್ರಿಯೆ ಆರಂಭಗೊಂಡಿತು. ಹಂಪನಾರ ಅಕ್ಷರಕ್ಕೆ ಜೀವ ತುಂಬುವ ಕೆಲಸ ಆರಂಭವಾಯ್ತು. ಕಾವ್ಯಾತ್ಮಕ ಭಾಷಾ ಶೈಲಿ ನಟರ ಹೃದಯಕ್ಕಿಳಿಯಲು ಸ್ವಲ್ಪ ಸಮಯವೇ ಹಿಡಿಯಿತು. ಕನ್ನಡ ಭಾಷಾ ಶುದ್ಧತೆಗಾಗಿ ನಟರೊಂದಿಗೆ ಹಗಲಿರುಳು ಕಷ್ಟ ಪಡೋದು ಅನಿವಾರ್ಯವಾಯ್ತು. ಕಷ್ಟವೂ ಇಷ್ಟವಾಯ್ತು. ಇಷ್ಟ ಆದಂತೆ ಚಾರುವಸಂತ

ಇಡೀ ಕಾವ್ಯವನ್ನು ಕಲಾವಿದರೆಲ್ಲರೂ ಓದಿ ಮುಗಿಸಿದ್ರು. ನಲವತ್ತು ದಿನಗಳ ತಯಾರಿ. ತಾಲೀಮಿನ ಪ್ರತಿಕ್ಷಣವನ್ನೂ ನಾವು ಸಂಭ್ರಮಿಸಿದ್ದೇವೆ.

ಪ್ರದರ್ಶನ ದಿನವೂ ಬಂತು. ಮೂಡುಬಿದ್ರೆ, ಮೈಸೂರು, ಬೆಂಗಳೂರು, ಗೌರಿಬಿದನೂರು, ತುಮಕೂರು, ಚಿತ್ರದುರ್ಗ, ದಾವಣಗೆರೆ, ಸುಳ್ಯ ಮುಂತಾದೆಡೆ ಪ್ರದರ್ಶನವೂ ಆಯ್ತು. ಬೆಂಗಳೂರಿನ ಪ್ರದರ್ಶನ ನೋಡಲು ಸ್ವತ: ಕಮಲಾ ಹಂಪನಾ ಬಂದಿದ್ರು. ತುಮಕೂರಿಗೂ ಬಂದ್ರು. ಚಾರುವಸಂತ ನೋಡಿ ಭಾವುಕರಾಗಿ ನನ್ನ ಕೈಹಿಡಿದು "ಮೋಹನ ಆಳ್ವ, ನೀವು ಮತ್ತು ನಾದಾ–ಮೂವರೂ ಚಾರುವಸಂತವನ್ನು ಗೆಲ್ಲಿಸಿದ್ದೀರಿ." ಅಂತ ಆಶೀರ್ವದಿಸಿದರು. ಮೂಡುಬಿದ್ರೆಯ ಪ್ರಥಮ ಪ್ರದರ್ಶನ ನೋಡಲು ಬಂದಿದ್ದ ಮತ್ತು ನಾಲ್ಕೈದು ಪ್ರದರ್ಶನಕ್ಕೆ ನಿತ್ಯ ಬರ್ತಿದ್ದ ಹಂಪನಾರವರು ಕಣ್ತುಂಬಿಕೊಂಡು ನನ್ನನ್ನು ಮತ್ತು ನಾದಾರನ್ನು ತಬ್ಬಿಕೊಂಡರು.

ನಾಟಕ ನೋಡಿ ಅವರು ಸಣ್ಣ ಮಗುವೇ ಆಗಿಬಿಟ್ಟಿದ್ದರು.

ಕಲಾವಿದರ ಪರಿಪಕ್ವ– ಸಹಜಾಭಿನಯ, ಕಲರ್ ಫುಲ್ ವಸ್ತ್ರವಿನ್ಯಾಸ, ಸುಶ್ರಾವ್ಯ ಸಂಗೀತ, ಹಳೆಯ ಆದ್ರೆ ಅಷ್ಟೇ ಭವ್ಯ ಎನಿಸುವ ಸರಳ ರಂಗಸಜ್ಜಿಕೆ, ಸೂಕ್ತ ರಂಗಪರಿಕರಗಳು, ಅರ್ಥಪೂರ್ಣ ಮಾತುಗಳು, ಸನ್ನಿವೇಶಕ್ಕೆ ತಕ್ಕ ಬೆಳಕಿನ ಸಂಯೋಜನೆ, ಕುತೂಹಲ ಕೆರಳಿಸುವ ಮತ್ತು ಕ್ಷಣಮಾತ್ರದಲ್ಲಿ ಬದಲಾಗುವ ದೃಶ್ಯಗಳು.. ಇತ್ಯಾದಿಗಳಿಂದ ಕೂಡಿದ ಚಾರುವಸಂತ ನಾಟಕವು ಪ್ರತಿಕ್ಷಣವೂ ಪ್ರೇಕ್ಷಕರನ್ನು ಭಾವಪೂರ್ಣ ಕಡಲಿಗೆ ಒಯ್ಯುತ್ತಿತ್ತು... ಎಲ್ಲ ಕಡೆಯೂ ಚಾರುವಸಂತ ನೋಡಲು ಜನ ಮುಗಿಬಿದ್ದರು.. ಎಲ್ಲೆಡೆ ಹೌಸ್ ಫುಲ್ ಶೋ.

ಇಡೀ ಕಾವ್ಯವನ್ನು ರಂಗಕ್ಕೆ ತರುತ್ತಿದ್ರೆ ಅದು ಐದು ಗಂಟೆ ಮೀರುತಿತ್ತೇನೋ!. ದೃಶ್ಯಗಳು ಎಷ್ಟೇ ಅದ್ಭುತವಾಗಿದ್ರೂ ಕುಳಿತು ನೋಡುವ ಪ್ರೇಕ್ಷಕರಿಗೆ ಭಾರ ಆಗಬಾರದೆನ್ನುವ ಕಾರಣಕ್ಕೆ ಆರಂಭದಲ್ಲಿ ಮೂರೂಕಾಲು ಗಂಟೆ ಇದ್ದ ನಾಟಕವನ್ನು ಮುಂದೆ ಅನಿವಾರ್ಯವಾಗಿ ಎರಡೂ ಕಾಲು ಗಂಟೆಗೆ ಇಳಿಸಿದೆವು.

ರಂಗಭೂಮಿಯ ವೃತ್ತಿ ಬದುಕು ಆರಂಭ ಮಾಡುವಾಗಲೇ ನಾದಾ ಶೆಟ್ಟಿಯವರು ನನ್ನ ಕೆಲಸಗಳನ್ನು ನೋಡುತ್ತಾ ಬಂದವರು. ಅವರಿಗೂ ನನ್ನ ಕೆಲಸದ ಮೇಲೆ ಅತೀವ ನಂಬುಗೆ. ನೂರಾರು ಯುವಕರಿಗೆ ರಂಗಭೂಮಿಯ ಬಗ್ಗೆ ಆಸಕ್ತಿ ಮೂಡಿಸಿದವರು. ಅನೇಕ ನಾಟಕಗಳನ್ನು ಅವರು ಬರೆದಿದ್ರೂ ಇಲ್ಲಿಯವರೆಗೆ ಅದರಲ್ಲಿ ಒಂದನ್ನೂ ನಿರ್ದೇಶಿಸುವ ಸಂದರ್ಭ ನನಗೆ ಸಿಕ್ಕಿರಲಿಲ್ಲ.

ಚಾರುವಸಂತ ನನ್ನ ಬದುಕಿನ ಅತ್ಯಂತ ಶ್ರೇಷ್ಠ ಪ್ರಯೋಗವಾಗಲು ನಾ.ದಾ.ಶೆಟ್ಟಿಯವರು ಕಾರಣರಾದರು. ಅವರು 'ಚಾರುವಸಂತ'ವನ್ನು ರಂಗರೂಪಕ್ಕಿಳಿಸಿ ನಾನು ಓದುವಂತೆ ಮಾಡದಿರುತ್ತಿದ್ದರೆ ನಾಟಕ ರಂಗಕ್ಕೆ ಬರ್ತಾನೇ ಇರಲಿಲ್ಲ. ಇಲ್ಲಿ ಒಂದೊಂದು ದೃಶ್ಯಗಳೂ ಅಪೂರ್ವ, ಅಮೂಲ್ಯ.

ಇಡೀ ನಾಟಕದಲ್ಲಿ ಒಂದೇ ಒಂದು ಗಲಾಟೆ ಇಲ್ಲ, ಯುದ್ಧ ಇಲ್ಲ. ರಕ್ತಪಾತ ಇಲ್ಲ, ಅಶ್ಲೀಲ ಕಾಮಿಡಿ ದೃಶ್ಯಗಳಿಲ್ಲ. ಆದರೂ ನಾಟಕ ಹೃದಯಕ್ಕೆ ಆಪ್ತವಾಗುತ್ತದೆ. ಇಡೀ ನಾಟಕದುದ್ದಕ್ಕೂ ಅದೆಷ್ಟು ಪರಿವರ್ತನೆಯ ಆಶಯಗಳು!

ಮಲಹೊರುವ ಮತ್ತು ಜೀತ ಪದ್ಧತಿಯಿಂದ ಪರಿವರ್ತನೆ, ವೇಶ್ಯೆ ಗೃಹಿಣಿಯಾಗಿ ಪರಿವರ್ತನೆ, ಹಿಂಸೆ ಪರಿಸರ ನಾಶ ಮಾಡುವ ಮನಸ್ಥಿತಿಯಿಂದ ಪರಿವರ್ತನೆ, ದುರಾಸೆಯಿಂದ ಪರಿವರ್ತನೆ, ಭೋಗದಿಂದ ಯೋಗ–ಧ್ಯಾನಕ್ಕೆ ಪರಿವರ್ತನೆ.. ಒಂದಾ ಎರಡಾ.? ಮನುಷ್ಯ ಮನುಷ್ಯರ ನಡುವಿನ ಸಂಬಂಧದ ಮಹತ್ವವನ್ನು ಸಾರುತ್ತಾ ಕೂಡಿ ಬಾಳಬೇಕೆನ್ನುವ ಆಶಯ ಹೊತ್ತು ಸಾಗುವ ಚಾರುವಸಂತವು ಭಾವನೆಗಳ ಸಮುದ್ರದಲ್ಲಿ ತೇಲಿಸುತ್ತದೆ. ನಾಡಿನ ಶ್ರೇಷ್ಠ ಬರಹಗಾರರಾದ ನಾಡೋಜ ಹಂಪನಾರ 'ಚಾರುವಸಂತ' ದೇಸೀ ಕಾವ್ಯವನ್ನು ರಂಗಕ್ಕೆ ತರುವ ಮೂಲಕ ಆಧುನಿಕ ರಂಗಭೂಮಿಗೆ ಅತ್ಯುತ್ತಮ ಕೃತಿಯನ್ನು ನೀಡಿದ ಕೀರ್ತಿಗೆ ನಾದಾಶೆಟ್ಟಿಯವರು ಪಾತ್ರರಾಗಿದ್ದಾರೆ. ಓದುವುದಕ್ಕೆ ನಿರ್ದೇಶಿಸುವುದಕ್ಕೆ ಮತ್ತು ರಂಗದಲ್ಲಿ ಆಡುವುದಕ್ಕೆ ಎಲ್ಲದಕ್ಕೂ ಸಲ್ಲುವ ಅಪರೂಪದ ಕೃತಿ ಈ ಚಾರುವಸಂತ.

ನಕ್ಷತ್ರದಂತೆ ಹೊಳೆಯುತ್ತದೆ...

ಶಶಿರಾಜ್ ರಾವ್ ಕಾವೂರು

ಪ್ರಾಚೀನ ಕಥಾನಕವನ್ನು ದೇಸಿಶೈಲಿಯಲ್ಲಿ ಬರೆದು 2003ರಲ್ಲಿ ಲೋಕಾರ್ಪಣೆ ಮಾಡಿದ್ದ ಡಾ. ಹಂಪನಾ ಅವರಿಗೆ ಚಾರುದತ್ತ ಮಹಾಕಾವ್ಯವು ನಾಟಕವಾದರೆ ಬಹಳ ಜನರನ್ನು ತಲುಪುತ್ತದೆ ಎಂಬ ಯೋಚನೆಯಿತ್ತು. ಆ ಹೊತ್ತಿಗೆ ನಾಡಿನ ಸಾಂಸ್ಕೃತಿಕ ರಾಯಭಾರಿ ಡಾ. ಎಂ. ಮೋಹನ ಆಳ್ವ ಅವರ ಜೊತೆ ಇದನ್ನು ಪ್ರಸ್ತಾಪಿಸಿದ್ದರು. ಅವರ ಬೇಡಿಕೆಯಂತೆ ಡಾ. ನಾ.ದಾಮೋದರ ಶೆಟ್ಟಿ ಈ ಮಹಾಕಾವ್ಯವನ್ನು ರಂಗರೂಪಕ್ಕೆ ಇಳಿಸಿದರು. ಅದನ್ನು ಕೈಗೆತ್ತಿಕೊಂಡು ರಂಗಕ್ಕೆ ಅಳವಡಿಸಿದವರು ನಾಡಿನ ಪ್ರಸಿದ್ಧ ರಂಗನಿರ್ದೇಶಕ ಡಾ. ಜೀವನ್‌ರಾಂ ಸುಳ್ಯ.

ಈ ನಾಟಕದ ಕಥೆ ನಡೆಯುವುದು ರೇವು ಪಟ್ಟಣ ಚಂಪಾಪುರದಲ್ಲಿ. ಭಾನುದತ್ತ ಊರಿನ ಧನಿಕ ವ್ಯಾಪಾರಿ. ಊರಿಗೆ ಊರೇ ಅವನನ್ನು ಕಂಡರೆ ಬಹಳ ಗೌರವ ತೋರಿಸುತ್ತದೆ. ಭಾನುದತ್ತ ಬಹಳ ಉದಾರಿ ಅವನ ಮಡದಿ ದೇವಿಲ. ಅವರಿಗೆ ಮಕ್ಕಳಿಲ್ಲದ ಕೊರಗು. ಊರ ಹೊರಗೆ ತಪಸ್ವಿಗಳಾದ ಚಾರಣರೋರ್ವರು ಬಂದ ವಿಷಯ ತಿಳಿದು ಭಾನುದತ್ತ ಮತ್ತು ದೇವಿಲ ಅಲ್ಲಿಗೆ ಹೋಗಿ ಬೇಡುತ್ತಾರೆ. ಚಾರಣ ಅವರಿಗೆ, 'ನಿನಗೊಬ್ಬ ಅಸಾಮಾನ್ಯ, ಉದಾರಚರಿತ ಮಗ ಹುಟ್ಟುವನು' ಎಂದು ಆಶೀರ್ವದಿಸುತ್ತಾರೆ. ಹಾಗೆಯೇ ಮುಂದೆ ಅವರಿಗೆ ಒಂದು ಮಗು ಹುಟ್ಟುತ್ತದೆ. ಅದಕ್ಕೆ ಭಾನುದತ್ತ ದಂಪತಿಗಳು 'ಚಾರುದತ್ತ' ಎಂದು ಹೆಸರಿಡುತ್ತಾರೆ.

ಚಾರುದತ್ತ ಬೆಳೆಯುತ್ತ ಬಂದಹಾಗೆ ಓದುವ ಹವ್ಯಾಸ ಬೆಳೆಸಿಕೊಳ್ಳುತ್ತಾನೆ. ಓರಗೆಯವರೊಂದಿಗೆ ಪ್ರಕೃತಿಯ ಬಗ್ಗೆ, ಪ್ರಾಣಿ ಪಕ್ಷಿಗಳ ಬಗ್ಗೆ ಪ್ರೀತಿಯ ಮಾತುಗಳನ್ನಾಡುತ್ತಾನೆ. ಬೇಟೆ ಬೇಡವೆಂದು ಹಿಂಸೆಯನ್ನು ತ್ಯಜಿಸಲು ಹೇಳುತ್ತಾನೆ. ಒಮ್ಮೆ ಕಾಡಿನ ದಾರಿಯಲ್ಲಿ ಯಕ್ಷನೋರ್ವನನ್ನು ಬದುಕಿಸುತ್ತಾನೆ.

ಈ ನಡುವೆ ಭಾನುದತ್ತ ತನ್ನ ಭಾವನ ಮಗಳು ಮಿತ್ರಾವತಿಯೊಂದಿಗೆ ಚಾರುದತ್ತನ ಮದುವೆಯನ್ನು ನಡೆಸುತ್ತಾನೆ. ಆದರೆ ಚಾರುದತ್ತನಿಗೆ ಸಾಂಸಾರಿಕ ವ್ಯವಹಾರದಲ್ಲಿ ಯಾವೊಂದು ಆಸಕ್ತಿಯಿರುವುದಿಲ್ಲ. ಅವನು ಯಾವಾಗಲೂ ಪುಸ್ತಕಗಳೊಳಗೆ ಮುಳುಗಿರುತ್ತಾನೆ. ಬೇಸತ್ತ ಹೆಂಡತಿ ಆಕೆಯ ತಾಯಿಯ ಬಳಿ ತನ್ನ ಕಷ್ಟ ತೋಡಿಕೊಳ್ಳುತ್ತಾಳೆ. ಆ ತಾಯಿ ದೇವಿಲೆಗೆ ವಿಷಯ ಅರುಹುತ್ತಾಳೆ. ದೇವಿಲೆ ಬಹಳ ಯೋಚಿಸಿ ತನ್ನ ತಮ್ಮ ರುದ್ರದತ್ತನನ್ನು ಬರಮಾಡುತ್ತಾಳೆ. ಚಾರುದತ್ತನ ಮನಸ್ಸು ಆತನ ಹೆಂಡತಿಯಲ್ಲಿ ಮೂಡುವಂತೆ ಹೇಗಾದರೂ ಮಾಡು ಎಂದು ಸಹಾಯ ಯಾಚಿಸುತ್ತಾಳೆ. ರುದ್ರದತ್ತ ಸ್ವಭಾವತಃ ಕಾಮುಕ ಮತ್ತು ದುಷ್ಟನಾಗಿರುತ್ತಾನೆ. ಅವನು ಚಾರುದತ್ತನ ಬಳಿಗೆ ಹೋಗುತ್ತಾ ಮತ್ತೆ ಮತ್ತೆ ಭೇಟಿಯಾಗುತ್ತಾ ಚಾರುದತ್ತನಲ್ಲಿ ವಿಷಯಾಸಕ್ತಿ ಮೂಡುವಂತೆ ಮಾಡಲು ಶಕ್ತನಾಗುತ್ತಾನೆ. ಊರಿನ ಪ್ರಸಿದ್ಧ ವೇಶ್ಯೆಯ ಬಳಿ ಕರೆದುಕೊಂಡು ಹೋಗುತ್ತಾನೆ. ಆ ವೇಶ್ಯೆಯ ಮಗಳು ವಸಂತತಿಲಕೆಯ ನೃತ್ಯಕ್ಕೆ ಮನಸೋಲುತ್ತಾನೆ. ಅವರಿಬ್ಬರೂ ಹತ್ತಿರವಾಗುತ್ತಾ ಒಬ್ಬರನ್ನೊಬ್ಬರು ಹಚ್ಚಿಕೊಳ್ಳುತ್ತಾರೆ. ಚಾರುದತ್ತನ ಸಂಪತ್ತೂ ಕರಗತೊಡಗುತ್ತದೆ. ಅವನ ಗೆಳೆಯರು ಚಾರುದತ್ತನನ್ನು ವಾಪಸ್ಸು ಕರೆತರಲು ಪ್ರಯತ್ನಿಸಿದರೂ ವೇಶ್ಯೆ ಅನಾಮಿಕೆ ಬಿಡುವುದಿಲ್ಲ.

ಚಾರುದತ್ತನ ತಂದೆ ಭಾನುದತ್ತನಿಗೆ ಚಿಂತೆ ಹತ್ತುತ್ತದೆ. ಮಂದಿಯ ಕುಹಕ ಮಾತುಗಳಿಗೆ ಅವನು ಬೇಸರಿಸಿ ಮುನಿದೀಕ್ಷೆ ಪಡೆದು ಎಲ್ಲವನ್ನೂ ತೊರೆದು ಊರುಬಿಟ್ಟು ಕಾಡಿಗೆ ಹೋಗುತ್ತಾನೆ. ದೇವಿಲ ಮತ್ತು ಸೊಸೆ ಮನೆಯನ್ನು ಮಾರಿ ಸಾಲಮುಕ್ತರಾಗಿ ಗುಡಿಸಲಲ್ಲಿ ವಾಸಿಸುತ್ತಾರೆ.

ಈ ನಡುವೆ ಚಾರುದತ್ತ ದಿವಾಳಿಯಾದದ್ದರಿಂದ ಅನಾಮಿಕೆ ಅವನನ್ನು ಮನೆಯಿಂದ ಹೊರಹಾಕುತ್ತಾಳೆ. ತಿಪ್ಪೆಗೆ ಬಿಸಾಕುತ್ತಾಳೆ. ಅಲ್ಲಿಂದ ಹೊರಟ ಚಾರುದತ್ತ ತಾಯಿ ಮತ್ತು ಮಡದಿಯನ್ನು ತಲುಪುತ್ತಾನೆ. ಕ್ಷಮೆ ಕೇಳುತ್ತಾನೆ.

ಅತ್ತ, ವಸಂತತಿಲಕೆ ಗರ್ಭಿಣಿಯಾಗಿರುತ್ತಾಳೆ. ಚಾರುದತ್ತನನ್ನು ದೂರ ಮಾಡಿದ್ದಕ್ಕೆ ಅತ್ತು ರಂಪಾಟಮಾಡುತ್ತಾಳೆ. ಕೊನೆಗೂ ತಾಯಿಯ ಮನಕರಗಿ ಅವರು ಚಾರುದತ್ತನ ಬಳಿಗೆ ಹೋಗಿ ತಾವು ಸಂಪಾದಿಸಿದ ಒಡವೆ ಆಸ್ತಿ ಎಲ್ಲವನ್ನೂ ಹಿಂದಿರುಗಿಸಿ ವಸಂತ ತಿಲಕೆಯನ್ನು ವರಿಸಲು ಕೋರುತ್ತಾರೆ. ಮೊದಲ ಹೆಂಡತಿ ಮಿತ್ರಾವತಿ ಸವತಿಯನ್ನು ಒಪ್ಪಿಕೊಳ್ಳುತ್ತಾಳೆಯೆ? ಚಾರುದತ್ತ ಕಳೆದುಕೊಂಡ ಸಿರಿಯನ್ನು ಮತ್ತೆ ಹಿಂಪಡೆಯುತ್ತಾನೆಯೆ? ಚಾರುದತ್ತ ವ್ಯಾಪಾರಕ್ಕೆ ಹೋದವನು ಬದುಕಿ ಉಳಿಯುತ್ತಾನೆಯೆ? ಉಳಿದೆಲ್ಲ ಕತೆಗಳು ರೋಚಕವಾಗಿ ಸಾಗುತ್ತದೆ.

ನಾಟಕದಲ್ಲಿ ಕೃತಿಕಾರರ ಆಶಯ ಎಲ್ಲೂ ಮಾಸದಂತೆ ಆಗಾಗ ನಕ್ಷತ್ರದಂತೆ ಹೊಳೆಹೊಳೆದು ನೋಡುಗರ ಮನಸ್ಸು ಸೆಳೆದು ಚಿಂತನೆಗೆ ಹಚ್ಚುತ್ತದೆ. ಜನಪದ ಶೈಲಿಯಲ್ಲಿ ಸಾಗುವ ಕಥಾಹಂದರ ಎಲ್ಲೂ ಬೇಸರ ತರಿಸುವುದಿಲ್ಲ. ಅನೇಕಾನೇಕ ತಿರುವುಗಳನ್ನು ಕಾಣುತ್ತಾ ಸಾಗುವ ನಾಟಕದಲ್ಲಿ ರಂಜನೆ ಮತ್ತು ಬೌದ್ಧಿಕ ವಿಚಾರಗಳು ಸಮಾನವಾಗಿವೆ. ಜಿನವಾಣಿಯ ಉಲ್ಲೇಖಗಳೂ ಅಲ್ಲಲ್ಲಿ ಬಂದು ಅಧ್ಯಾತ್ಮವೂ ಕಾಣಿಸುತ್ತದೆ. ಹಳಗನ್ನಡ ಭಾಷೆಯ ಸೊಗಡು ನಾಟಕದುದ್ದಕ್ಕೂ ಮೇಳೈಸಿದೆ. ತೂಕದ ಮಾತುಗಳು, ಚುರುಕು ಸಂಭಾಷಣೆ. ಕೆಲವೊಮ್ಮೆ ದೀರ್ಘ ಸಂಭಾಷಣೆ ನಟನಟಿಯರಿಗೆ ಸವಾಲೆನಿಸಿದರೂ ಅದನ್ನು ಬಹಳ ಸಮರ್ಥವಾಗಿ ಮತ್ತು ಸಲೀಸಾಗಿ ನಟನಟಿಯರು ಪ್ರಸ್ತುತ ಪಡಿಸಿದ ರೀತಿ ಪ್ರಶಂಸನೀಯ.

ದೃಶ್ಯದಿಂದ ದೃಶ್ಯಕ್ಕೆ ಚಕಚಕನೆ ಬದಲಾಗುವ ರಂಗ ಪರಿಕರಗಳು, ಚಿಗರೆಯಂತೆ ಅತ್ತಿತ್ತ ಸಾಗುವ ಲವಲವಿಕೆಯ ನಟನಟಿಯರು, ಬೆಳಕಿನ ವಿನ್ಯಾಸ, ಬೆಳಕಿನಾಟದಲ್ಲಿ ನಡೆಯುವ ಸನ್ನಿವೇಶಗಳು, ನಡುವೆ ಉಲ್ಲಾಸದ ಹರ್ಷೋದ್ಗಾರ ನೀಡುವ ಇಂದ್ರಜಾಲದ ಹರ್ಷೋದ್ಗಾರ, ಎಲ್ಲವೂ ಸೇರಿ ಚಾರುವಸಂತವನ್ನು ಮತ್ತಷ್ಟು ಮೇಲಕ್ಕೆತ್ತಿದೆ. ಮಾತ್ರವಲ್ಲ, ಎರಡೂವರೆ ಗಂಟೆಗಳ ಕಾಲ ನಡೆಯುವ ಸುದೀರ್ಘ ರಂಗ ಪ್ರಕ್ರಿಯೆಯ ಪ್ರಯಾಸವನ್ನು ತಿಳಿಗೊಳಿಸುತ್ತದೆ.

ಡಾ.ಹಂಪನಾ ತಮ್ಮ ಅಪೂರ್ವ ಶೈಲಿಯಲ್ಲಿ ಮಾನವೀಯ ಮೌಲ್ಯಗಳನ್ನು ಹೇರಳವಾಗಿ ತುಂಬಿ ನಾಟಕದುದ್ದಕ್ಕೂ ತ್ಯಾಗಜೀವನದ ಮಹತ್ವವನ್ನು ಪರಿಣಾಮಕಾರಿಯಾಗಿ ಚಿತ್ರಿಸಿದ್ದಾರೆ. ಅದನ್ನು ಅಷ್ಟೇ ರಸವತ್ತಾಗಿ ಮತ್ತು ಆಳವಾಗಿ ರಂಗರೂಪಕ್ಕೆ ಇಳಿಸಿದ್ದಾರೆ ಡಾ. ನಾ. ದಾಮೋದರ ಶೆಟ್ಟಿಯವರು ಮತ್ತು ಜೀವನ್‌ರಾಂ ಸುಳ್ಯರವರು. ಇಂತಹ ನಾಟಕ ನಿರ್ಮಾಣಕ್ಕೆ, ತಯಾರಿಗೆ ವಿಶೇಷ ಶಕ್ತಿಬೇಕು. ಸಾಮಾನ್ಯ ತಂಡಗಳಿಗೆ ಇದು ಸಾಧ್ಯವಾಗುವ ಮಾತಲ್ಲ. ಡಾ. ಮೋಹನ ಆಳ್ವರಂಥ ಅಪಾರ ರಂಗಕಾಳಜಿಯುಳ್ಳ ಆಶ್ರಯದಾತರಿದ್ದಾಗ ಮಾತ್ರ ಈ ರೀತಿಯ ದೊಡ್ಡಮಟ್ಟದ ನಾಟಕ ನಿರ್ಮಾಣ ಸಾಧ್ಯ. ಹಾಗೆಯೇ ಪ್ರಾಣಿ, ಪಕ್ಷಿ, ಸೇರಿದಂತೆ ನೂರಾರು ಪಾತ್ರಗಳನ್ನು ಬೆರಳೆಣಿಕೆಯ ಮಂದಿಯೇ ನಿರ್ವಹಿಸಿದ್ದು ಸಾಧನೆಯೇ ಸರಿ. ಪ್ರಸಾದನ, ಉಡುಪು, ಬೆಳಕು, ಸಂಗೀತ ಸೇರಿದಂತೆ ನೇಪಥ್ಯದ ತಂತ್ರಜ್ಞರ ಸಹಕಾರ ಮತ್ತು ನಿರ್ದೇಶಕರ ಪ್ರತಿಭೆ, ಸೃಜನಶೀಲತೆ ನಾಟಕದಲ್ಲಿ ಎದ್ದು ಕಾಣುತ್ತದೆ. ಅಲ್ಲಲ್ಲಿ ಅಲ್ಪ ಪ್ರಮಾಣದಲ್ಲಿ ಪ್ರೇಕ್ಷಕ ಸಹನೆ ಬೇಡಿದರೂ ನಾಟಕ ಕೊನೆಗೆ ಪ್ರೇಕ್ಷಕರ ಮನಗೆಲ್ಲುವಲ್ಲಿ ಯಶಸ್ವಿಯಾಗುತ್ತದೆ.